திருக்குறள்

Title:
Thirukural

நூல் தலைப்பு
திருக்குறள்

உரை
பேராசிரியர் அ.கி.மூர்த்தி M.A.,

முதற்பதிப்பு
ஆகஸ்ட் - 2021

விலை: ₹500

பக்கம்: 275

Printed in India

Published by
Sathyaa Enterprises
No.137, First Floor,
Choolaimedu High Road,
Choolaimedu,
Chennai - 600 094.
044 - 4507 4203

Email:
sathyaabooks@gmail.com

திருக்குறள்

உரை: பேராசிரியர் அ.கி.மூர்த்தி M.A.,

சத்யா

உள்ளே...

I. அறத்துப்பால்	5
II. பொருட்பால்	83
III. காமத்துப்பால்	225

I. அறத்துப்பால்

1. கடவுள் வாழ்த்து

1. அகர முதல எழுத்தெல்லாம் ஆதி
   பகவன் முதற்றே உலகு.

   அ என்னும் எழுத்து, அனைத்து எழுத்துகளுக்கும் முதலாவது ஆகும். அதுபோல் உலகிற்கு முழு முதல்வன் கடவுளாகும்.

2. கற்றதனா லாய பயனென்கொல் வாலறிவன்
   நற்றாள் தொழாஅர் எனின்.

   கற்பதால் வரும் நற்பயன் யாது? தூய அறிவாக விளங்கும் கடவுளின் திருவடிகளை வணங்குவதாகும் அது.

3. மலர்மிசை ஏகினான் மாணடி சேர்ந்தார்
   நிலமிசை நீடுவாழ் வார்.

   தம்மை வணங்குபவர்கள் மலர் உள்ளத்தில் வாழ்பவர் கடவுள். அவர்தம் நல்ல திருவடிகளைச் சேர்க. அப்பொழுது இவ்வுலகில் நீடித்த இன்பத்துடன் வாழலாம்.

4. வேண்டுதல் வேண்டாமை இலான்அடி சேர்ந்தார்க்கு
   யாண்டும் இடும்பை இல.

   விருப்பு வெறுப்பற்றவர் கடவுள். அவர்தம் திருவடிகளைச் சேர்க. என்றும் துன்பம் வராது.

5. இருள்சேர் இருவினையும் சேரா இறைவன்
   பொருள்சேர் புகழ்புரிந்தார் மாட்டு.

   அறியாமையால் விளைவது இருள்சேர் இருவினை (நல்வினை, தீவினை) இவ்வினையிலிருந்து விடுபடக் கடவுளைப் போற்றிப் புகழ்ந்து இன்பங் காண்க.

6. பொறிவாயில் ஐந்தவித்தான் பொய்தீர் ஒழுக்க
நெறிநின்றார் நீடுவாழ் வார்.

அய்ம்புலன் சார்ந்த அவாக்களை நீக்கியவன் கடவுள். நீடு வாழ அக்கடவுள் தம் நன்னெறியில் நடக்க.

7. தனக்குஉவமை இல்லாதான்தாள் சேர்ந்தார்க்கு அல்லால்
மனக்கவலை மாற்றல் அரிது.

ஒப்புமை கூற இல்லாதவன் இறைவன். மனக்கவலை மாற்ற, அவ்விறைவன்தம் திருவடிகளை அடைக.

8. அறஆழி அந்தணன் தாள்சேர்ந்தார்க்கு அல்லால்
பிறஆழி நீந்தல் அரிது.

அறவாழி அந்தணன் கடவுள். பிறவாழி நீந்த, அக் கடவுள் தம் திருவடிகளைச் சேர்க.

9. கோளில் பொறியில் குணமிலவே எண்குணத்தான்
தாளை வணங்காத் தலை.

பார்க்காத கண், கேட்காத செவி போல, எண் குணங்களைக் கொண்டவன் இறைவன். ஓ தலைகளே! அவ்விறைவன் திருவடிகளை வணங்கிப் பயன் பெறுக.

10. பிறவிப் பெருங்கடல் நீந்துவர் நீந்தார்
இறைவன் அடிசேரா தார்.

பிறவிப் பெருங்கடல் நீந்த, இறைவனடி சேர்க.

2. வான்சிறப்பு

11. வான்நின்று உலகம் வழங்கி வருதலால்
தான்அமிழ்தம் என்றுணரற் பாற்று.

மழை பெய்வதால் உலகம் உய்கின்றது. அது உலகத்து உயிர்க்கு அமிழ்தமும் ஆகும்.

12. துப்பார்க்குத் துப்பாய துப்பாக்கித் துப்பார்க்குத்
துப்பாய தூஉம் மழை.

உண்பவர்க்கு உணவு கிடைக்க வழிசெய்வது மழை. தவிரத் தன்னைப் பருகுவார்க்கும் அதுவே உணவுமாகும்.

13. விண்இன்று பொய்ப்பின் விரிநீர் வியனுலகத்து
உள்நின்று உடற்றும் பசி.

மழை பெய்யாதிருப்பின், கடல்சூழ் விரிந்த உலகம் பசியால் துன்புறும்.

14. ஏரின் உழாஅர் உழவர் புயலென்னும்
வாரி வளங்குன்றிக் கால்.

மழை என்பது வாழ்வுக்கும் வளமாகும் அது குன்றின் உழவரும் உழமாட்டார்.

15. கெடுப்பதூஉம் கெட்டார்க்குச் சார்வாய்மற்று ஆங்கே
எடுப்பதூஉம் எல்லாம் மழை.

மழை பெய்யாவிடில், வாழ்வு கெடும். மழை பெய்யின், வாழ்வு வளம் பெறும்.

திருக்குறள் / I. அறத்துப்பால் / 1. பாயிரவியல்

16. விசும்பின் துளிவீழின் அல்லால்மற்று ஆங்கே
    பசும்புல் தலைகாண்பு அரிது.

வானிலிருந்து மழைத்துளி விழாவிட்டால், உலகில் பசும்புல் தலை காண்பதும் அரிது.

17. நெடுங்கடலும் தன்நீர்மை குன்றும் தடிந்துஎழிலி
    தான்நல்கா தாகி விடின்.

கடலில் தான் பெற்ற நீரை முகில் மழையாகத் தராவிடின், பெருங்கடலும் தன் வளங்குன்றும்.

18. சிறப்பொடு பூசனை செல்லாது வானம்
    வறக்குமேல் வானோர்க்கும் ஈண்டு.

மழை பெய்யாதிருப்பின், இவ்வுலகில் வானோர்க்கு வழக்கமாக நடக்கும் திருவிழாவும் நாள் வழிபாடும் நன்கு நடைபெறா.

19. தானம் தவம்இரண்டும் தங்கா வியன்உலகம்
    வானம் வழங்காது எனின்.

மழை பெய்யாதிருப்பின், இப்பெரிய உலகில் தானம், தவம் இரண்டும் ஒழுங்காக நடைபெறா.

20. நீர்இன்று அமையாது உலகுஎனின் யார்யார்க்கும்
    வான்இன்று அமையாது ஒழுக்கு.

இவ்வுலகில் அனைவர்க்கும் நீர் இன்றியமையாதது. அதுபோல் இவ்வுலகில் ஒழுக்கம் நீடித்திருக்க மழை இன்றியமையாதது.

3. நீத்தார் பெருமை

21. ஒழுக்கத்து நீத்தார் பெருமை விழுப்பத்து
வேண்டும் பனுவல் துணிவு.

ஒழுக்க சீலர்களின் பெருமையைப் பெரிதாகப் போற்றிக்கூறுவதே நூல்களின் துணிவாகும்.

22. துறந்தார் பெருமை துணைக்கூறின் வையத்து
இறந்தாரை எண்ணிக்கொண் டற்று.

பற்றற்றவர்களின் பெருமையை அளந்து கூறுதல், உலகில் இதுகாறும் பிறந்து இறந்தவர்களின் எண்ணிக்கையைக் கணக்கிடுவது போன்றதாகும்.

23. இருமை வகைதெரிந்து ஈண்டுஅறம் பூண்டார்
பெருமை பிறங்கிற்று உலகு.

இருமை (பிறப்பு, வீடு) வகையறிந்து அறம் மேற்கொண்டவர்களின் பெருமையே உலகில் உயர்ந்தது.

24. உரன்என்னும் தோட்டியான் ஓரைந்தும் காப்பான்
வரன்என்னும் வைப்பிற்குஓர் வித்து.

அறிவு என்னும் கருவியினால் ஐம்பொறிகளைக் காக்க வல்லவன், மேலான வீட்டுக்கு விதை போன்றவன்.

25. ஐந்துஅவித்தான் ஆற்றல் அகல்விசும்பு ளார்கோமான்
இந்திரனே சாலும் கரி.

அய்ம்புலன்களைக் கொண்டு ஆசைகளை ஒழித்தவரின் வல்லமைக்கு வானுலகத் தலைவனாகிய இந்திரனே போதிய சான்றாவான்.

26. செயற்கரிய செய்வார் பெரியர், சிறியர்
    செயற்கரிய செய்கலா தார்.

அரிய செயல்களைச் செய்பவர் பெரியோர். அவற்றைச் செய்யாதோர் சிறியர்.

27. சுவைஒளி ஊறுஓசை நாற்றம்என்று ஐந்தின்
    வகைதெரிவான் கட்டே உலகு.

சுவை, ஒளி, ஊறு, ஓசை, நாற்றம் என்னும் அறிவில் உள்ள அய்ந்தனையும் ஆராய்வான் உலகம்.

28. நிறைமொழி மாந்தர் பெருமை நிலத்து
    மறைமொழி காட்டி விடும்.

சான்றோரின் நிறைமொழிகளை அவர்தம் மறை மொழிகள் காட்டவல்லவை.

29. குணமென்னும் குன்றுஏறி நின்றார் வெகுளி
    கணமேயும் காத்தல் அரிது.

நற்பண்பாகிய மலை மேல் ஏறி நின்ற பெரியோர் சினம், கணப்பொழுதே இருந்தாலும், அதனைக் காத்தல் அரிதாகும்.

30. அந்தணர் என்போர் அறவோர்மற் றுஎவ்வுயிர்க்கும்
    செந்தண்மை பூண்டொழுக லான்.

அந்தணர் என்போர் அறவோர். அவர்கள் அனைத்துயிர் களிடத்தும் அன்பு பூண்டு ஒழுகுபவர் ஆவர்.

4. அறன் வலியுறுத்தல்

31. சிறப்புஈனும் செல்வமும் ஈனும் அறத்தின்ஊஉங்கு
ஆக்கம் எவனோ உயிர்க்கு.

அறம் சிறப்பும் செல்வமும் தரும். ஆகவே அது உயிர்க்கு அதிக ஆக்கம் அளிப்பது ஆகும்.

32. அறத்தின்ஊங்கு ஆக்கமும் இல்லை அதனை
மறத்தலின் ஊங்குஇல்லை கேடு.

அறத்தைவிட ஆக்கம் தருவது ஒன்றுமில்லை. ஆகவே, அதனை மறப்பதை விடக் கேடானது வேறு ஒன்றுமில்லை.

33. ஒல்லும் வகையான் அறவினை ஓவாதே
செல்லும்வா யெல்லாம் செயல்.

இயலும் எல்லாவகையிலும் செல்லுமிடம் எல்லாம் அறச்செயலைப் போற்றிச் செய்க.

34. மனத்துக்கண் மாசிலன் ஆதல் அனைத்துஅறன்
ஆகுல நீர பிற.

மனத்தில் குற்றமில்லாமல் இருத்தலே அறமாகும். அறமில்லாத அனைத்தும் ஆரவாரம் உள்ளவையே.

35. அழுக்காறு அவாவெகுளி இன்னாச்சொல் நான்கும்
இழுக்கா இயன்றது அறம்.

பொறாமை, ஆசை, சினம், கடுமொழி ஆகிய குற்றங்களையும் நீக்கி வாழ்க. அதுவே அறம்.

**36. அன்றுஅறிவாம் என்னாது அறஞ்செய்க மற்றுஅது
பொன்றுங்கால் பொன்றாத் துணை.**

அடுத்த எண்ணம் இல்லாமல் அறஞ் செய்க. அழியுங்கால் அதுவே அழியாத் துணையாகும்.

**37. அறத்தாறு இதுஎன வேண்டா சிவிகை
பொறுத்தானோடு ஊர்ந்தான் இடை.**

பல்லக்கைச் சுமப்பவனிடமும் அதில் ஊர்ந்து செல்பவனிடமும் அறத்தின் பயன் பற்றிப் பேசாதிருப்பது நல்லது.

**38. வீழ்நாள் படாஅமை நன்றுஆற்றின் அஃதொருவன்
வாழ்நாள் வழியடைக்கும் கல்.**

அறத்தைத் தவறாது செய்க. அதுவே பிறவி வழி அடைக்கும் கல்லாகும்.

**39. அறத்தான் வருவதே இன்பம்மற் றெல்லாம்
புறத்த புகழும் இல.**

அறவாழ்வினால் வருவதே இன்பம். அதன் வழி வராதன எல்லாம் புகழ் தரா.

**40. செயற்பாலது ஒரும் அறனே ஒருவற்கு
உயற்பால தோரும் பழி.**

செய்யப்பட வேண்டியது அறமே, அதுவல்லாதது பழியே.

5. இல்வாழ்க்கை

41. இல்வாழ்வான் என்பான் இயல்புடைய மூவர்க்கும்
நல்லாற்றின் நின்ற துணை.

இல்லற வாழ்வை நடத்துபவன் அறத்தின் இயல்புள்ள மூவர்க்கும் நல்வாழ்வுக்கும் துணைவன் ஆவான்.

42. துறந்தார்க்கும் துவ்வா தவர்க்கும் இறந்தார்க்கும்
இல்வாழ்வான் என்பான் துணை.

துறந்தார், வறியர், இறந்தார் ஆகிய மூவருக்கும் இல்வாழ்வான் துணைவன் ஆவான்.

43. தென்புலத்தார் தெய்வம் விருந்தொக்கல் தான்என்றாங்கு
ஐம்புலத்தாறு ஓம்பல் தலை.

தென்புலத்தார், தெய்வம், விருந்தினர், சுற்றத்தார், தான் ஆகிய ஐவரையும் அறநெறி தவறாது போற்றுதல் சிறந்த கடமையாகும்.

44. பழியஞ்சிப் பாத்தூண் உடைத்தாயின் வாழ்க்கை
வழியெஞ்சல் எஞ்ஞான்றும் இல்.

பழியில்லாமல் பொருள் சேர்த்துச் செலவு செய்யும்பொழுது, பகுத்துண்ணும் வாழ்வை மேற்கொள்க. இவ்வாழ்க்கைக்கு எந்நாளும் அழிவில்லை.

45. அன்பும் அறனும் உடைத்தாயின் இல்வாழ்க்கை
பண்பும் பயனும் அது.

இல்வாழ்க்கை அன்பும் அறமும் உடையதாக விளங்குமானால், அதுவே அந்த வாழ்க்கையின் பண்பும் பயனும் ஆகும்.

46. அறத்தாற்றின் இல்வாழ்க்கை ஆற்றின் புறத்தாற்றின் போஒய்ப் பெறுவது எவன்?

அறநெறி இல்வாழ்க்கை உடைய ஒருவன், வேறு நெறியில் பெறத்தக்கது ஒன்றுமில்லை.

47. இயல்பினான் இல்வாழ்க்கை வாழ்பவன் என்பான் முயல்வாருள் எல்லாம் தலை.

அற இயல்போடு இல்வாழ்க்கை வாழ்பவன், அவ்வாறு முயல்பவர்களில் முதன்மையாக உள்ளவன் ஆவான்.

48. ஆற்றின் ஒழுக்கி அறன்இழுக்கா இல்வாழ்க்கை நோற்பாரின் நோன்மை உடைத்து.

தானும் அறநெறியில் வாழ்ந்து பிறரையும் அவ்வாறு வாழச் செய்பவன், தவ வாழ்க்கை உடையவரைவிட மேலானவன் ஆவான்.

49. அறனெனப் பட்டதே இல்வாழ்க்கை அஃதும் பிறன்பழிப்பது இல்லாயின் நன்று.

அறம் என்று சிறப்பித்துச் சொல்லப்படுவது இல்வாழ்க்கை என்பதே. அதுவும் பிறர் பழிக்காவிடில் மேலும் சிறப்புடையது.

50. வையத்துள் வாழ்வாங்கு வாழ்பவன் வான்உறையும் தெய்வத்துள் வைக்கப் படும்.

உலகில் வாழவேண்டிய அறநெறியில் வாழ்பவன், வானில் வாழும் தெய்வத்துள் வைக்கப்படுவான்.

6. வாழ்க்கைத் துணைநலம்

51. மனைத்தக்க மாண்புஉடையள் ஆகித்தற் கொண்டான்
வளத்தக்காள் வாழ்க்கைத் துணை.

இல்வாழ்வுக்கேற்ற நற்பண்பு கொண்டு, தன் கணவன் வருவாய்க்கேற்ப வாழ்க்கை நடத்துபவளே வாழ்க்கைத் துணை ஆவாள்.

52. மனைமாட்சி இல்லாள்கண் இல்லாயின் வாழ்க்கை
எனைமாட்சித்து ஆயினும் இல்.

இல்வாழ்வுக்குரிய நற்பண்பு மனைவியரிடம் இல்லை எனில். அவ்வாழ்க்கை வேறு வகையில் சிறப்புற்றிருந்தும் பயன் இல்லை.

53. இல்லதென் இல்லவள் மாண்பானால் உள்ளதென்
இல்லவள் மாணாக் கடை?

மனைவி நற்பண்பு கொண்டவளானால் வாழ்க்கையில் இல்லாதது என்ன? அப்பண்பு இல்லை எனில் வாழ்க்கையில் இருப்பது என்ன?

54. பெண்ணிற் பெருந்தக்க யாவுள கற்பென்னும்
திண்மைஉண் டாகப் பெறின்?

இல்வாழ்வில் கற்பு என்றும் உறுதி நிலையானது. அது பெண்ணின் பெரும் பண்பு ஆகும்.

55. தெய்வம் தொழாஅள் கொழுநன் றொழுதெழுவாள்
பெய்எனப் பெய்யும் மழை.

தெய்வம் தொழாது, தன் கணவனையே தெய்வமாகத் தொழுது தூங்கி எழுகின்றவள், பெய் என்றால் பெய்யும் மழை.

**56. தற்காத்துத் தற்கொண்டான் பேணித் தகைசான்ற
சொல்காத்துச் சோர்விலாள் பெண்.**

கற்பில் தன்னையும் காத்துக்கொண்டு, தன் கணவனையும் காப்பாற்றித் தகுதிசால் புகழையும் காத்து உறுதியுடன் வாழ்பவளே பெண்.

**57. சிறைகாக்கும் காப்புஎவன் செய்யும்? மகளிர்
நிறைகாக்குங் காப்பே தலை.**

மகளிரைக் காவல் வைத்துக் காப்பது பயனற்ற முறையாகும். அவர்கள் நிறை என்னும் பண்பால் தம்மைக் காப்பதே சிறந்தது.

**58. பெற்றால் பெறின்பெறுவர் பெண்டிர் பெருஞ்சிறப்புப்
புத்தேளிர் வாழும் உலகு.**

தம் கணவரைப் போற்றிக் கடமையைச் செய்தால், மகளிர் பெருஞ் சிறப்புள்ள வேறுலக வாழ்வைப் பெறுவர்.

**59. புகழ்புரிந்த இல்இலோர்க்கு இல்லை இகழ்வார்முன்
ஏறுபோல் பீடு நடை.**

புகழைக் காக்க விரும்பும் மனைவி இல்லாதவர்க்குத் தம்மை இகழ்ந்து பேசும் பகைவர் முன், காளை போல் நடக்கும் பெருமித நடை இல்லை.

**60. மங்கலம் என்ப மனைமாட்சி மற்றுஅதன்
நன்கலம் நன்மக்கட் பேறு.**

மனைவியின் நற்பண்பே இல்வாழ்வுக்கு மங்கலம். நல்ல மக்களைப் பெறுதலே அதற்கு நல்ல அணிகலம்.

7. மக்கட்பேறு

61. பெறுமவற்றுள் யாம்அறிவது இல்லை அறிவுஅறிந்த
மக்கட்பேறு அல்ல பிற.

பெறுமவற்றுள் சிறந்தது அறிவறிந்த மக்கட்பேறு. வேறு பேறுகளை நாம் அறியத் தேவை இல்லை.

62. எழுபிறப்பும் தீயவை தீண்டா பழிபிறங்காப்
பண்புடை மக்கள் பெறின்.

பழி இல்லாத நல்ல பண்புடைய மக்களைப் பெறுக. அப்பொழுது ஏழு பிறப்பிலும் தீவினை வந்து சேராது.

63. தம்பொருள் என்பதம் மக்கள் அவர்பொருள்
தந்தம் வினையான் வரும்.

தம் மக்களே தம்முடைய பொருள்கள் என்று அறிஞர் கூறுவர். அப்பொருள்கள் அவரவர்தம் வினையின் பயனால் வந்து சேரும்.

64. அமிழ்தினும் ஆற்ற இனிதேதம் மக்கள்
சிறுகை அளாவிய கூழ்.

தம் மக்களின் சிறுகைகளால் அளாவப் பெற்ற கூழ், பெற்றோர்க்கு அமிழ்தத்தைவிட மிக இனிமையான தாகும்.

65. மக்கள்மெய் தீண்டல் உடற்கின்பம் மற்றுஅவர்
சொல்கேட்டல் இன்பம் செவிக்கு.

மக்கள் உடலைத் தொடுதல் உடலுக்கு இன்பமாகும். அம்மக்களின் மழலைச் சொற்களைக் கேட்டல் செவிக்கு இன்பமாகும்.

66. குழல்இனிது யாழ்இனிது என்பதம் மக்கள்
மழலைச்சொல் கேளா தவர்.

தம் மக்கள் மழலைச் சொல்லைக் கேட்டு, அதன் இனிமை நுகராதவரே, குழல் இசை இனியது, யாழிசை இனியது என்பர்.

67. தந்தை மகற்குஆற்றும் நன்றி அவையத்து
முந்தி யிருப்பச் செயல்.

தந்தை தன் மகனுக்குச் செய்யும் நல் உதவி. கற்றவர் கூட்டத்தில் அவன் மேம்பட்டவனாக இருக்கவேண்டும் என்பதே.

68. தம்மின்தம் மக்கள் அறிவுடைமை மாநிலத்து
மன்னுயிர்க்கு எல்லாம் இனிது.

தம் மக்கள் அறிவுடைமை தமக்கு இன்பம் பயப்பதைவிட உலகத்து உயிர்களுக்கெல்லாம் உயர்ந்த இன்பம் பயப்பதாக அமைய வேண்டும்.

69. ஈன்ற பொழுதின் பெரிதுஉவக்கும் தம்மகனைச்
சான்றோன் எனக்கேட்ட தாய்.

தன் மகன் சான்றோன் எனப் பிறர் கூறக் கேட்கும் தாய், தான் அவனைப் பெற்றபொழுது அடைந்த மகிழ்ச்சியைவிட பெரிதும் மகிழ்வாள்.

70. மகன்தந்தைக்கு ஆற்றும் உதவி இவன்தந்தை
என்நோற்றான் கொல்எனும் சொல்.

மகன் தந்தைக்குச் செய்யத்தக்க உதவி இவன் தந்தை இவனை மகனாகப் பெற என்ன தவம் செய்தானோ என்று பிறர் புகழ்ந்து சொல்வதாகும்.

8. அன்புடைமை

71. அன்பிற்கும் உண்டோ அடைக்குந்தாழ் ஆர்வலர்
புண்கணீர் பூசல் தரும்.

அன்புக்கு அடைக்கும் தாழ் என்று ஒன்று உண்டோ? அன்புடையவரின் சிறு கண்ணீரே, அதைப் பலர் அறிய வெளிப்படுத்திவிடும்.

72. அன்பிலார் எல்லாம் தமக்குரியர் அன்புடையார்
என்பும் உரியர் பிறர்க்கு.

அன்பற்றவர் எல்லாப் பொருளையும் தமது என்பர். அன்புடையவர் தம் உடலையும் பிறர்க்கு உரிமையாக்கிவிடுவர்.

73. அன்போடு இயைந்த வழக்கென்ப ஆருயிர்க்கு
என்போடு இயைந்த தொடர்பு.

ஆருயிர்க்கு உடலோடு பொருந்தி இருக்கும் உறவு, அன்பொடு பொருந்தி வாழும் வாழ்க்கையின் பயன் என்பர்.

74. அன்புஈனும் ஆர்வம் உடைமை அதுஈனும்
நண்புஎன்னும் நாடாச் சிறப்பு.

அன்பு ஈனுவது ஆர்வம் ஆகும். அது நட்பு எனும் நாடாச் சிறப்பையும் நல்கும்.

75. அன்புற்று அமர்ந்த வழக்கென்ப வையகத்து
இன்புற்றார் எய்தும் சிறப்பு.

உலகில் இன்பத்துடன் வாழ்கின்றவர் அடையும் சிறப்பு, அன்புள்ளவராகி வாழும் வாழ்க்கையின் பயன் என்பர்.

திருக்குறள் / I. அறத்துப்பால் / 2. இல்லறவியல்

76. அறத்திற்கே அன்புசார்பு என்ப அறியார்
மறத்திற்கும் அஃதே துணை.

அறியாதவர் அறத்திற்கு மட்டுமே அன்பு துணையாகும் என்று கூறுவர். ஆராய்ந்து பார்த்தால், வீரத்திற்கும் அதுவே துணையாகும்.

77. என்பு இலதனை வெயில்போலக் காயுமே
அன்பு இலதனை அறம்.

எலும்பற்ற புழுவை வெயில் வருத்தும். அதுபோல் அன்பு இல்லாத உயிரை அறம் வருத்தும்.

78. அன்பகத்து இல்லா உயிர்வாழ்க்கை வன்பாற்கண்
வற்றல் மரம்தளிர்த் தற்று.

அகத்தில் அன்பு இல்லாமல் வாழும் வாழ்க்கை வளமற்ற பாலையில் பட்ட மரம் தளிர்த்தது போன்றது.

79. புறத்துறுப்பு எல்லாம் எவன்செய்யும் யாக்கை
அகத்துறுப்பு அன்பி லவர்க்கு?

உடலின் அகத்துறுப்பு அன்பு. அது இல்லாதவர்க்கு உடலின் புறத்து உறுப்புகள் எல்லாம் ஒன்றும் செய்வதற்கில்லை.

80. அன்பின் வழியது உயிர்நிலை அஃதுஇலார்க்கு
என்புதோல் போர்த்த உடம்பு.

உயிர் வாழ்க்கை அன்பின் வழிப்பட்டது. அது இல்லை எனில் உடல் எலும்பும் தோலும் உள்ள வெற்றுடம்பே.

| 21 |

9. விருந்தோம்பல்

81. இருந்துஓம்பி இல்வாழ்வது எல்லாம் விருந்துஓம்பி
வேளாண்மை செய்தல் பொருட்டு.

இல்வாழ்க்கையின் இனிய பயன் விருந்தினரை விரும்பி வரவேற்று ஓம்புவதாகும்.

82. விருந்து புறத்ததாத் தான்உண்டல் சாவா
மருந்துஎனினும் வேண்டற்பாற் றன்று.

விருந்தினர் வீட்டின் புறத்தே இருக்கத் தான் மட்டும் உண்பது சாவா மருந்தாகிய அமிழ்தமே ஆனாலும், அது விரும்புதற்குரியதன்று.

83. வருவிருந்து வைகலும் ஓம்புவான் வாழ்க்கை
பருவந்து பாழ்படுதல் இன்று.

தன்னை நோக்கி விருந்தினரை நாள்தோறும் போற்றுகின்றவன் வாழ்க்கை துன்பத்தால் பாழ்பட்டுப் போவதில்லை.

84. அகன்அமர்ந்து செய்யாள் உறையும் முகன்அமர்ந்து
நல்விருந்து ஓம்புவான் இல்.

நல்விருந்தினராய் வருபவரை முகமலர்ச்சியுடன் போற்றுகின்றவர் வீட்டில், திருமகள் அகமகிழ்ந்து வாழ்வாள்.

85. வித்தும் இடல்வேண்டும் கொல்லோ விருந்துஓம்பி
மிச்சில் மிசைவான் புலம்.

விருந்தினரை முன்னரே போற்றி உணவளித்து எஞ்சிய உணவை உண்டு வாழ்கின்றவன் நிலத்தில் விதை விதைக்க வேண்டுவதில்லை.

86. செல்விருந்து ஓம்பி வருவிருந்து பார்த்துஇருப்பான்
    நல்விருந்து வானத் தவர்க்கு.

வரும் விருந்தினரைப் போற்றி, இனிவரும் விருந்தினரையும் எதிர்பார்த்திருப்பவன் வானுலகத் தேவர்க்கு நல்விருந்தினனாவான்.

87. இனைத்துணைத்து என்பதொன்று இல்லை விருந்தின்
    துணைத்துணை வேள்விப் பயன்.

விருந்தோம்புதல் என்பது ஒரு வேள்வி. அதன் பயன் இவ்வளவு என்று அறுதியிட்டுக் கூற இயலாது. விருந்தினரின் தகுதிக்கேற்ப அது வேறுபடும்.

88. பரிந்துஓம்பிப் பற்றற்றேம் என்பர் விருந்தோம்பி
    வேள்வி தலைப்படா தார்.

விருந்தினரை ஓம்பி, அவ்வேள்வியில் ஈடுபடாதவர், பொருள்களை வருந்திப் பற்றுக்கோடு இழந்தோம் என்று இறங்குவர்.

89. உடைமையுள் இன்மை விருந்தோம்பல் ஓம்பா
    மடமை மடவார்கண் உண்டு.

செல்வ நிலையில் வறுமை என்பது விருந்தோம்பலைப் போற்றா அறியாமையாகும். அஃது அறிவிலிகளிடம் அகப்படுவதாகும்.

90. மோப்பக் குழையும் அனிச்சம் முகம்திரிந்து
    நோக்கக் குழையும் விருந்து.

அனிச்சப்பூ முகர வாடும். அதுபோல் முகம் மலராமல் வேறுபட்டு நோக்க விருந்தினர் வாடுவர்.

10. இனியவை கூறல்

91. இன்சொலால் ஈரம் அளைஇப் படிறுஇலவாம்
செம்பொருள் கண்டார்வாய்ச் சொல்.

மெய்ப்பொருள் கண்டவர்களின் சொற்கள் இனிய சொற்கள். அவை அன்பு கலந்தவை; வஞ்சகம் நீங்கியவை.

92. அகன்அமர்ந்து ஈதலின் நன்றே முகன்அமர்ந்து
இன்சொலன் ஆகப் பெறின்.

முகம் மலர்ந்து இன்சொல் கூறுக. அது மனம் மகிழ்ந்து ஈவதைவிட மேலானதாகும்.

93. முகத்தான் அமர்ந்துஇனிது நோக்கி அகத்தான்ஆம்
இன்சொ லினதே அறம்.

முகத்தால் விரும்பி இனிமையாக நோக்கி அகங்கனிந்த சொற்களைக் கூறுவதே அறமாகும்.

94. துன்புறூஉம் துவ்வாமை இல்லாகும் யார்மாட்டும்
இன்புறூஉம் இன்சொ லவர்க்கு.

எவரிடத்தும் இனிய சொற்கள் பேசுவோர்க்கு துன்பத்தைத் தூக்கிவிடும் வறுமை இராது.

95. பணிவுடையன் இன்சொலன் ஆதல் ஒருவற்கு
அணிஅல்ல மற்றுப் பிற.

பணிவுகொள்ளுதலும் இன்சொல் கூறலும் ஒருவர் அணி கலனாகும். ஏனைய அணிகள் அணிகலன் அல்ல.

96. அல்லவை தேய அறம்பெருகும் நல்லவை
நாடி இனிய சொலின்.

நல்லவை நாடி இனிய சொற்கள் கூறுக. அவ்வாறு கூறுதல் பாவங்களைக் குறையச் செய்யும், அறத்தைப் பெருக்கும்.

97. நயன்ஈன்று நன்றி பயக்கும் பயன்ஈன்று
பண்பின் தலைப்பிரியாச் சொல்.

பயன் ஈந்து பண்பின் தலைப்பிரியாச் சொல் நன்மையும் இன்பமும் தரும்.

98. சிறுமையுள் நீங்கிய இன்சொல் மறுமையும்
இம்மையும் இன்பம் தரும்.

சிறுமை நீங்கிய இனிய சொற்கள் இம்மையிலும் (இவ்வுலகிலும்) மறுமையிலும் (மேலுலகிலும்) இன்பந் தரும்.

99. இன்சொல் இனிதுஈன்றல் காண்பான் எவன்கொலோ
வன்சொல் வழங்கு வது?

இனிய சொற்கள் இன்பந் தருவதைக் காண்பவன், அவற்றிற்கு மாறான வன்சொற்களைக் கூறாதிருப்பது நல்லது.

100. இனிய உளவாக இன்னாத கூறல்
கனியிருப்பக் காய்கவர்ந் தற்று.

இனிய சொற்கள் இருக்கும்பொழுது, இனிமையற்ற சொற்களை கூறற்க. அது கையில் கனி இருந்தும் காய் தின்பதைப் போன்றது.

11. செய்ந்நன்றி அறிதல்

101. செய்யாமல் செய்த உதவிக்கு வையகமும்
வானகமும் ஆற்ற லரிது.

ஒன்றையும் எதிர்பார்க்காமல் ஒருவர் பிறருக்கு செய்யும் உதவிக்கு மண்ணுலகும் விண்ணுலகும் ஈடாகாது.

102. காலத்தி னால்செய்த நன்றி சிறிதுஎனினும்
ஞாலத்தின் மாணப் பெரிது.

உரிய காலத்தில் ஒருவர் செய்த உதவி சிறிது என்றாலும், அது உலகைவிடப் பெரியதாகும்.

103. பயன்தூக்கார் செய்த உதவி நயன்தூக்கின்
நன்மை கடலிற் பெரிது.

பயன் கருதாது ஒருவர் செய்யும் உதவியை ஆராயும்பொழுது, அது கடலைவிடப் பெரிதாகத் தெரியும்.

104. தினைத்துணை நன்றிசெயினும் பனைத்துணையாக்
கொள்வர் பயன்தெரி வார்.

ஒருவர் தினையளவு உதவி செய்தாலும், அதன் பயனை அறிந்தவர் அதைப் பனையளவாகக் கொள்வர்.

105. உதவி வரைத்தன்று உதவி உதவி
செயப்பட்டார் சால்பின் வரைத்து.

கைம்மாறாகச் செய்த உதவி முன்பு செய்த உதவியின் அளவை உடையது அன்று. உதவி செய்யப்பட்டவரின் பணிவுக்கு ஏற்ற அளவை உடையதாகும்.

106. மறவற்க மாசற்றார் கேண்மை துறவற்க
துன்பத்துள் துப்பாயார் நட்பு.

குற்றமில்லாதவர் நட்பை ஒருபொழுதும் மறுத்தலாகாது. துன்பத்தில் உதவியவர்களின் நட்பையும் ஒருபொழுதும் விடலாகாது.

107. எழுமை எழுபிறப்பும் உள்ளுவர் தங்கண்
விழுமம் துடைத்தவர் நட்பு.

தம் துன்பத்தைப் போக்கி உதவியவரின் நட்பைப் பல்வேறு பிறவியிலும் மறவாமல் பெரியோர் போற்றுவர்.

108. நன்றி மறப்பது நன்றன்று நன்றல்லது
அன்றே மறப்பது நன்று.

ஒருவர் செய்த நன்றியை மறப்பது அறம் அன்று; அவர் செய்த தீமையைச் செய்த அப்பொழுதே மறப்பது அறம் ஆகும்.

109. கொன்றன்ன இன்னா செயினும் அவர்செய்த
ஒன்றுநன்று உள்ளக் கெடும்.

ஒருபொழுது உதவி செய்தவர் பின் கொன்றது போன்ற துன்பத்தைச் செய்தாலும், அவர்கள் செய்த நன்மையை நினைத்துப் பார்க்க, அத்துன்பம் கெடும்.

110. எந்நன்றி கொன்றார்க்கும் உய்வுண்டாம் உய்வில்லை
செய்ந்நன்றி கொன்ற மகற்கு.

எந்த அறத்தை அழித்தவர்க்கும் தப்பிக்க வழி உண்டு. ஆனால் ஒருவர் செய்த உதவியை மறப்பவர்க்கு உய்வு இல்லை.

12. நடுவு நிலைமை

111. தகுதி எனஒன்று நன்றே பகுதியால்
பாற்பட்டு ஒழுகப் பெறின்.

பகுதிதோறும் நிறையோடு ஒழுகுதலே நடுவுநிலைமை எனப்படும் அறமாகும்.

112. செப்பம் உடையவன் ஆக்கம் சிதைவுஇன்றி
எச்சத்திற்கு ஏமாப்பு உடைத்து.

நடுவுநிலைமை உள்ளவர் செல்வம் அழிவுறாமல், அவர் வழியில் உள்ளவர்க்கும் உறதியான நன்மை தருவதாகும்.

113. நன்றே தரினும் நடுவுஇகந்துஆம் ஆக்கத்தை
அன்றே ஒழிய விடல்.

தீமை நீக்கி நன்மையே தந்தாலும், நடுவுநிலைமை தவறுவதால் உண்டாகும் ஆக்கத்தை அப்போதே கைவிட வேண்டும்.

114. தக்கார் தகவிலர் என்பது அவரவர்
எச்சத்தால் காணப் படும்.

நடுவுநிலைமை உள்ளவர், இல்லாதவர் என்பது அவரவர்க்குப் பின் எஞ்சி நிற்கும் புகழாலும் பழியாலும் காணப்படும்.

115. கேடும் பெருக்கமும் இல்லல்ல நெஞ்சத்துக்
கோடாமை சான்றோர்க்கு அணி.

கேடும் ஆக்கமும் வாழ்வில் இருப்பவையே. ஆகையால், நெஞ்சில் நடுவுநிலைமையோடு இருத்தலே சான்றோர்க்கு அழகு.

116. கெடுவல்யான் என்பது அறிகதன் நெஞ்சம்
நடுஒரீஇ அல்ல செயின்.

தன் நெஞ்சம் நடுவுநிலைமை தவறுமானால், "நான் கெடப்போகிறேன்" என்று ஒருவன் நினைக்க வேண்டும்.

117. கெடுவாக வையாது உலகம் நடுவாக
நன்றிக்கண் தங்கியான் தாழ்வு.

நடுவுநிலையில் நின்று நிலைத்து வாழ்கின்றவனின் வறுமையைக் கேடு என்று உலகம் கருதாது.

118. சமன்செய்து சீர்தூக்கும் கோல்போல் அமைந்துஒருபால்
கோடாமை சான்றோர்க்கு அணி.

சமமாக இருக்குமாறு நிறுக்கும் துலாக்கோல்போல் (தராசு), ஒருபக்கம் சாயாமல் நடுவுநிலைமையோடு இருப்பது சான்றோர்க்கு அழகு.

119. சொற்கோட்டம் இல்லது செப்பம் ஒருதலையா
உட்கோட்டம் இன்மை பெறின்.

உள்ளத்தில் மாறுபாடு இல்லாத தன்மையை உறுதியாகப் பெற்றால், சொல்லிலும் மாறுபாடு இல்லாதிருத்தல் நடுவுநிலைமையாகும்.

120. வாணிகம் செய்வார்க்கு வாணிகம் பேணிப்
பிறவும் தம்போல் செயின்.

பிறர் பொருளையும் தம்பொருள்போல் நினைத்துச் செய்தால், அது வணிகஞ் செய்பவர்க்குரிய நல்ல வணிக முறையாகும்.

13. அடக்கமுடைமை

121. அடக்கம் அமரருள் உய்க்கும் அடங்காமை
ஆரிருள் உய்த்து விடும்.

அடக்கம் தேவருள் சேர்க்கும். அடங்காதிருத்தல் பொல்லாத இருள்போல் தீய வழியில் செலுத்தும்.

122. காக்க பொருளா அடக்கத்தை ஆக்கம்
அதனின்ஊங்கு இல்லை உயிர்க்கு.

அடக்கத்தைக் காக்கும் பொருளாகக் காக்க வேண்டும். அவ்வடக்கத்தைவிட அதிக அடக்கம் உயிர்க்கு இல்லை.

123. செறிவுஅறிந்து சீர்மை பயக்கும் அறிவுஅறிந்து
ஆற்றின் அடங்கப் பெறின்.

ஒன்றை நன்கு அறிந்து நல்வழியில் ஒழுகினால், அவ்வடக்கம் நல்லோரால் நன்கு மதிக்கப்படும்.

124. நிலையில் திரியாது அடங்கியான் தோற்றம்
மலையினும் மாணப் பெரிது.

நிலையில் மாறாது அடங்கி ஒழுகுக. அதனால் ஏற்படும் உயர்வு மலையின் உயர்வைவிடப் பெரிது.

125. எல்லார்க்கும் நன்றுஆம் பணிதல் அவருள்ளும்
செல்வர்க்கே செல்வம் தகைத்து.

பணிவு என்பது எல்லார்க்கும் நன்மை தருவது. குறிப்பாக அது செல்வர்க்கே மற்றொரு செல்வமாகும்.

126. ஒருமையுள் ஆமைபோல் ஐந்துஅடக்கல் ஆற்றின்
எழுமையும் ஏமாப் புடைத்து.

ஒரு பிறப்பில் ஆமைபோல் ஐம்பொறிகளையும் அடக்கி ஆண்டால், அது ஒருவருக்கு ஏழு பிறப்பிலும் காப்பாகும்.

127. யாகாவார் ஆயினும் நாகாக்க காவாக்கால்
சோகாப்பர் சொல்லிழுக்குப் பட்டு.

எதைக் காக்காவிட்டாலும் நாவைக் காக்க. அதைக் காக்கத் தவறினால் சொற்குற்றத்தால் துன்புற வேண்டிவரும்.

128. ஒன்றானும் தீச்சொல் பொருட்பயன் உண்டாயின்
நன்றுஆகா தாகி விடும்.

தீச்சொற்களால் ஏற்படும் தீமை ஒன்றாயினும் ஒருவரிடம் உண்டானால், அதனால் ஏனைய அறங்களாலும் நன்மை இல்லாமல் போகும்.

129. தீயினால் சுட்டபுண் உள்ளாறும் ஆறாதே
நாவினால் சுட்ட வடு.

தீயினால் சுட்டபுண் உள்ளே ஆறும் தன்மை உள்ளது. ஆனால், நாவினால் சுட்டபுண் என்றும் ஆறாது.

130. கதம்காத்துக் கற்றுஅடங்கல் ஆற்றுவான் செவ்வி
அறம்பார்க்கும் ஆற்றின் நுழைந்து.

சினத்தைக் காத்துக் கற்றடங்கும் ஒருவர், அவர் வழியில் சென்று அறம் பார்த்திருக்கும்.

| 31 |

14. ஒழுக்கமுடைமை

131. ஒழுக்கம் விழுப்பம் தரலான் ஒழுக்கம்
உயிரினும் ஓம்பப் படும்.

ஒழுக்கமே எல்லோருக்கும் மேன்மையைத் தருவதாக இருப்பதால், அந்த ஒழுக்கமே உயிரைவிடச் சிறந்ததாகப் போற்றப்படும்.

132. பரிந்துஓம்பிக் காக்க ஒழுக்கம் தெரிந்துஓம்பித்
தேரினும் அஃதே துணை.

ஒழுக்கத்தை வருந்தியும் போற்றிக் காக்க வேண்டும்; பலவற்றையும் ஆராய்ந்து போற்றித் தெளிந்திருப்பினும், அந்த ஒழுக்கமே வாழ்க்கையில் துணையாக விளங்கும்.

133. ஒழுக்கம் உடைமை குடிமை இழுக்கம்
இழிந்த பிறப்பாய் விடும்.

ஒழுக்கமுடையவராக வாழ்வதே உயர்ந்த குடிப்பிறப்பின் தன்மையாகும்; ஒழுக்கம் தவறுதல் இழிந்த குடிப்பிறப்பின் தன்மையாகிவிடும்.

134. மறப்பினும் ஒத்துக் கொளலாகும் பார்ப்பான்
பிறப்பொழுக்கம் குன்றக் கெடும்.

கற்ற மறைப் பொருளை மறந்தாலும், மீண்டும் அதனைப் பயின்று கற்றுக் கொள்ள முடியும்; ஆனால் மறை ஓதுபவனுடைய குடிப்பிறப்பு, ஒழுக்கம் குன்றினால் கெடும்.

135. அழுக்காறு உடையான்கண் ஆக்கம்போன்று இல்லை
ஒழுக்கம் இலான்கண் உயர்வு.

பொறாமை உடையவனிடத்தில் ஆக்கம் இல்லாததைப் போல, ஒழுக்கம் இல்லாதவனுடைய வாழ்க்கையில் உயர்வு இல்லை.

136. ஒழுக்கத்தின் ஒல்கார் உரவோர் இழுக்கத்தின்
ஏதம் படுபாக்கு அறிந்து.

ஒழுக்கம் தவறுதலால் குற்றம் உண்டாவதை அறிந்த மனவலிமை உடைய சான்றோர், ஒழுக்கத்தைத் தவறாமல் காத்துக் கொள்வர்.

137. ஒழுக்கத்தின் எய்துவர் மேன்மை இழுக்கத்தின்
எய்துவர் எய்தாப் பழி.

ஒழுக்கத்தால் யாவரும் மேம்பாட்டை அடைவர்; ஒழுக்கத்திலிருந்து தவறுதலால் அடையத்தகாத பெரும் பழியை அடைவர்.

138. நன்றிக்கு வித்தாகும் நல்லொழுக்கம் தீயொழுக்கம்
என்றும் இடும்பைத் தரும்.

நல்லொழுக்கம் இன்பமான நல்வாழ்க்கைக்குக் காரணமாக இருக்கும்; தீயொழுக்கம் எப்போதும் துன்பத்தைக் கொடுக்கும்.

139. ஒழுக்க முடையவர்க்கு ஒல்லாவே தீய
வழுக்கியும் வாயால் சொலல்.

தீய சொற்களைத் தவறியும் தம்முடைய வாயால் சொல்லும் குற்றம், ஒழுக்கம் உடையவர்க்குப் பொருந்தாததாகும்.

140. உலகத்தோடு ஒட்ட ஒழுகல் பலகற்றும்
கல்லார் அறிவிலா தார்.

உலகத்து உயர்ந்தவரோடு பொருந்த ஒழுகும் முறையைக் கற்காதவர், பல நூல்களைக் கற்றிருந்தபோதிலும் அறிவில்லாதவரே ஆவர்.

15. பிறனில் விழையாமை

141. பிறன்பொருளாள் பெட்டொழுகும் பேதைமை ஞாலத்து
அறம்பொருள் கண்டார்கண் இல்.

ஒழுக்கமே எல்லோருக்கும் மேன்மையைத் தருவதாக இருப்பதால், அந்த ஒழுக்கமே உயிரைவிடச் சிறந்ததாகப் போற்றப்படும்.

142. அறன்கடை நின்றாருள் எல்லாம் பிறன்கடை
நின்றாரின் பேதையார் இல்.

அறத்தை விட்டுத் தீயநெறியில் நின்றவர் அனைவரும் பிறன் மனைவியை விரும்பி, அவனுடைய வாயிலில் சென்று நின்றவரைப் போல் அறிவிலிகள் இல்லை.

143. விளிந்தாரின் வேறுஅல்லர் மன்ற தெளிந்தாரில்
தீமை புரிந்துஒழுகு வார்.

அய்யமில்லாமல் தெளிந்து நம்பியவருடைய மனைவியிடம் விருப்பம் கொண்டு தீமையைச் செய்து நடப்பவர், இறந்தவரைவிட வேறல்லர்.

144. எனைத்துணையர் ஆயினும் என்ஆம்? தினைத்துணையும்
தேரான் பிறனில் புகல்.

சிறிதளவும் ஆராய்ந்து பார்க்காமல் பிறருடைய மனைவியிடம் செல்லுதல், எவ்வளவு பெருமையை உடையவராயிருப்பினும் என்னவாக முடியும்?

145. எளிதுஎன இல்லிறப்பான் எய்துஉம்எஞ் ஞான்றும்
விளியாது நிற்கும் பழி.

இச்செயல் எளியது என எண்ணிப் பிறனுடைய மனைவியிடம் நெறி தவறிச் செல்கின்றவன், எப்போதும் அழியாமல் நிலைத்து நிற்கும் பழியை அடைவான்.

**146. பகைபாவம் அச்சம் பழியென நான்கும்
இகவாவாம் இல்இறப்பான் கண்.**

பகை, பாவம், அச்சம், பழி என்னும் இந்த நான்கு குற்றங்களும் பிறன் மனைவியிடத்து நெறி தவறி நடப்பவனிடத்திலிருந்து நீங்காது.

**147. அறனியலான் இல்வாழ்வான் என்பான் பிறனியலான்
பெண்மை நயவா தவன்.**

அறத்தின் இயல்போடு பொருந்தி இல்வாழ்க்கை வாழ்பவன், பிறருக்கு உரிமையானவளின் பெண்மையை விரும்பாதவனாவான்.

**148. பிறன்மனை நோக்காத பேராண்மை சான்றோர்க்கு
அறனொன்றோ ஆன்ற ஒழுக்கு.**

பிறனுடைய மனைவியை விரும்பி நோக்காத பேராண்மை, சான்றோர்க்கு அறம் மட்டுமன்று; நிறைந்த ஒழுக்கமுமாகும்.

**149. நலக்குஉரியார் யாரெனின் நாமநீர் வைப்பின்
பிறற்குஉரியாள் தோள்தோயா தார்.**

கடல் சூழ்ந்த உலகத்தில் நன்மைக்குரியவர் யாரென்றால் பிறனுக்கு உரிமையானவளின் தோளைப் பொருந்தாதவரே ஆவர்.

**150. அறன்வரையான் அல்ல செயினும் பிறன்வரையாள்
பெண்மை நயவாமை நன்று.**

ஒருவன் அறநெறியில் நிற்காமல் அறமில்லாதவைகளைச் செய்தாலும், பிறனுக்குரியவளின் பெண்மையை விரும்பாமல் வாழ்தல் நல்லது.

16. பொறையுடைமை

151. அகழ்வாரைத் தாங்கும் நிலம்போலத் தம்மை
இகழ்வார்ப் பொறுத்தல் தலை.

தன்னை வெட்டுவோரையும் விழாமல் தாங்குகின்ற நிலம்போல், தன்னை இகழ்வாரையும் பொறுப்பதே தலையாய பண்பாகும்.

152. பொறுத்தல் இறப்பினை என்றும் அதனை
மறத்தல் அதனினும் நன்று.

வரம்பு கடந்து பிறர் செய்யும் தீங்கை எப்போதும் பொறுக்க வேண்டும்; அத்தீங்கை நினைவிலும் கொள்ளாமல் மறந்து விடுதலே பொறுத்தலைவிட நல்லது.

153. இன்மையுள் இன்மை விருந்தொரால் வன்மையுள்
வன்மை மடவார்ப் பொறை.

வறுமையுள் வறுமை, விருந்தினரைப் போற்றாமல் நீக்குதல்; வல்லமையுள் வல்லமை என்பது அறிவிலார் தீங்கு செய்தலைப் பொறுத்தலாகும்.

154. நிறையுடைமை நீங்காமை வேண்டின் பொறையுடைமை
போற்றி ஒழுகப் படும்.

நிறை உடையவனாக இருக்கும் தன்மை தன்னை விட்டு நீங்காமல் இருக்கவேண்டுமானால், பொறுமையைப் போற்றியொழுக வேண்டும்.

155. ஒறுத்தாரை ஒன்றாக வையாரே வைப்பர்
பொறுத்தாரைப் பொன்போல் பொதிந்து.

(தீங்கு செய்தவரைப்) பொறுக்காமல் வருத்தினவரை உலகத்தார் ஒரு பொருளாக மதியார்; ஆனால், பொறுத்தவரைப் பொன்போல் மனத்துள் வைத்து மதிப்பர்.

156. ஒறுத்தார்க்கு ஒருநாளை இன்பம் பொறுத்தார்க்குப்
பொன்றும் துணையும் புகழ்.

தீங்கு செய்தாரைப் பொறுக்காமல் வருத்தியவர்க்கு ஒருநாள் இன்பமே; பொறுத்தவர்க்கு உலகம் அழியும் வரைக்கும் புகழ் உண்டு.

157. திறன்அல்ல தற்பிறர் செய்யினும் நோநொந்து
அறன்அல்ல செய்யாமை நன்று.

தகுதி அல்லாதவைகளைத் தனக்குப் பிறர் செய்தபோதிலும், அதனால், அவர்க்கு வரும் துன்பத்திற்காக நொந்து, அறம் அல்லாதவைகளைச் செய்யாதிருத்தல் நல்லது.

158. மிகுதியான் மிக்கவை செய்தாரைத் தாம்தம்
தகுதியான் வென்று விடல்.

செருக்கினால் தீங்கானவற்றைச் செய்தவரைத் தாம் தம்முடைய பொறுமைப் பண்பினால் பொறுத்து வென்றுவிட வேண்டும்.

159. துறந்தாரின் தூய்மை உடையர் இறந்தார்வாய்
இன்னாச்சொல் நோற்கிற் பவர்.

வரம்பு கடந்து நடப்பவரின் வாயில் பிறக்கும் கொடுஞ்சொற்களைப் பொறுத்துக்கொள்பவர், துறந்தவரைப் போலத் தூய்மையானவர் ஆவர்.

160. உண்ணாது நோற்பார் பெரியர் பிறர்சொல்லும்
இன்னாச்சொல் நோற்பாரின் பின்.

உணவு உண்ணாமல் நோன்பு கிடப்பவர், பிறர் சொல்லும் கொடுஞ் சொற்களைப் பொறுப்பவர்க்கு அடுத்த நிலையில்தான் பெரியவர் ஆவர்.

17. அழுக்காறாமை

161. ஒழுக்காறாக் கொள்க ஒருவன்தன் நெஞ்சத்து
அழுக்காறு இலாத இயல்பு.

ஒருவன் தன் நெஞ்சில் பொறாமை இல்லாமல் வாழும் இயல்பைத் தனக்குரிய ஒழுக்க நெறியாகக்கொண்டு போற்ற வேண்டும்.

162. விழுப்பேற்றின் அஃதுஒப்பது இல்லையார் மாட்டும்
அழுக்காற்றின் அன்மை பெறின்.

யாரிடத்திலும் பொறாமை இல்லாதிருக்கப்பெற்றால், ஒருவன் பெறத்தக்க மேம்பாடான பேறுகளுக்கு இணையானது வேறொன்றுமில்லை.

163. அறன்ஆக்கம் வேண்டாதான் என்பான் பிறனாக்கம்
பேணாது அழுக்கறுப் பான்.

தனக்கு அறமும் ஆக்கமும் விரும்பாதவன் என்று கருதத்தக்கவனே, பிறனுடைய ஆக்கத்தைக் கண்டு மகிழாமல் அதற்காகப் பொறாமைப்படுவான்.

164. அழுக்காற்றின் அல்லவை செய்யார் இழுக்காற்றின்
ஏதம் படுபாக்கு அறிந்து.

பொறாமைப்படுதலாகிய தவறான நெறியில் துன்பம் ஏற்படுதலையறிந்து, பொறாமை காரணமாக அறமல்லாதவைகளைச் செய்யார் அறிவுடையோர்.

165. அழுக்காறு உடையார்க்கு அதுசாலும் ஒன்னார்
வழுக்கியும் கேடுஈன் பது.

பொறாமை உடையவர்க்கு வேறு பகை வேண்டாம். அது ஒன்றே போதும், பகைவர் தீங்கு செய்யத் தவறினாலும் தவறாது கேட்டைத் தருவது அது.

166. கொடுப்பது அழுக்கறுப்பான் சுற்றம் உடுப்பதூஉம்
உண்பதூஉம் இன்றிக் கெடும்.

பிறர்க்கு உதவியாகக் கொடுக்கப்படும் பொருளைக் கண்டு பொறாமைப்படுகின்றவனுடைய சுற்றம், உடையும் உணவும் இல்லாமல் கெடும்.

167. அவ்வித்து அழுக்காறு உடையானைச் செய்யவள்
தவ்வையைக் காட்டி விடும்.

பொறாமை உடையவனைத் திருமகள் கண்டு பொறாமைப்பட்டுத் தன் தமக்கைக்கு அவனைக் காட்டி நீங்கி விடுவாள்.

168. அழுக்காறு எனஒரு பாவி திருச்செற்றுத்
தீயுழி உய்த்து விடும்.

பொறாமை என்று கூறப்படும் ஒப்பற்ற பாவி, ஒருவனுடைய செல்வத்தைக் கெடுத்துத் தீய வழியில் அவனைச் செலுத்திவிடும்.

169. அவ்விய நெஞ்சத்தான் ஆக்கமும் செவ்வியான்
கேடும் நினைக்கப் படும்.

பொறாமை பொருந்திய நெஞ்சத்தானுடைய ஆக்கமும், பொறாமை இல்லாத நல்லவனுடைய கேடும் ஆராயத்தக்கவை.

170. அழுக்கற்று அகன்றாரும் இல்லைஅஃது இல்லார்
பெருக்கத்தில் தீர்ந்தாரும் இல்.

பெறாமைப்பட்டுப் பெருமையுற்றவரும் உலகத்தில் இல்லை; பொறாமை இல்லாதவராய் மேம்பாட்டிலிருந்து நீங்கியவரும் இல்லை.

18. வெஃகாமை

171. நடுவுஇன்றி நன்பொருள் வெஃகின் குடிபொன்றிக்
குற்றமும் ஆங்கே தரும்.

நடுவுநிலைமை இல்லாமல் பிறர்க்குரிய நல்ல பொருளை ஒருவன் கவர விரும்பினால் அவனுடைய குடியும் கெட்டுக் குற்றமும் வந்து சேரும்.

172. படுபயன் வெஃகிப் பழிப்படுவ செய்யார்
நடுவன்மை நாணு பவர்.

நடுவுநிலைமை அல்லாதவற்றைக் கண்டு நாணி ஒதுங்குகின்றவர், பிறர் பெருளைக் கவர்வதால் வரும் பயனை விரும்பிப் பழியான செயல்களைச் செய்யமாட்டார்.

173. சிற்றின்பம் வெஃகி அறன்அல்ல செய்யாரே
மற்றுஇன்பம் வேண்டு பவர்.

அறநெறியால் பெறும் இன்பத்தை விரும்புகின்றவர், நிலையில்லாத சிறிய இன்பத்தை விரும்பி அறம் அல்லாதவற்றைச் செய்யமாட்டார்.

174. இலம்என்று வெஃகுதல் செய்யார் புலம்வென்ற
புன்மையில் காட்சி யவர்.

அய்ம்புலன்களையும் வென்ற குற்றமில்லாத அறிவை உடையவர், யாம் வறுமை அடைந்தோம் என்று எண்ணியும் பிறர் பொருளை விரும்பமாட்டார்கள்.

175. அஃகி அகன்ற அறிவுஎன்னாம் யார்மாட்டும்
வெஃகி வெறிய செயின்.

யாரிடத்திலும் பெருளைக் கவர விரும்பிப் பொருந்தாதவற்றைச் செய்தால், நுட்பமானதாய் விரிவுடையதாய் வளர்ந்த அறிவால் பயன் எதுவும் இல்லை?

**176. அருள்வெஃகி ஆற்றின்கண் நின்றான் பொருள்வெஃகிப்
பொல்லாத சூழக் கெடும்.**

அருளை விரும்பி அறநெறியில் நின்றவன், பிறனுடைய பொருளை விரும்பிப் பொல்லாத குற்றங்களை எண்ணினால் கெடுவான்.

**177. வேண்டற்க வெஃகிஆம் ஆக்கம், விளைவயின்
மாண்டற்கு அரிதாம் பயன்.**

பிறர் பொருளைக் கவர விரும்புவதால் ஆகும் ஆக்கத்தை விரும்பாதிருக்க வேண்டும்; அது பயனளிக்கும்போது அப்பயன் நன்மையாவது அரிதாகும்.

**178. அஃகாமை செல்வத்திற்கு யாதெனின் வெஃகாமை
வேண்டும் பிறன்கைப் பொருள்.**

ஒருவனுடைய செல்வத்திற்குக் குறைவு நேராதிருக்க வழி எது என்றால், அவன் பிறனுடைய கைப்பொருளை விரும்பாதிருத்தலாகும்.

**179. அறன்அறிந்து வெஃகா அறிவுடையார்ச் சேரும்
திறன்அறிந்து ஆங்கே திரு.**

அறம் இஃது என்று அறிந்து பிறர் பொருளை விரும்பாத அறிவுடையாரைத் திருமகள் தான் சேரும் திறன் அறிந்து அதற்கு ஏற்றவாறு சேர்வாள்.

**180. இறல்ஈனும் எண்ணாது வெஃகின் விறல்ஈனும்
வேண்டாமை என்னுஞ் செருக்கு.**

விளைவை எண்ணாமல் பிறர் பெருளை விரும்பினால் அஃது அழிவைத் தரும்; அப்பொருளை விரும்பாமல் வாழும் பெருமை வெற்றியைத் தரும்.

19. புறங்கூறாமை

181. அறம்கூறான் அல்ல செயினும் ஒருவன்
புறம்கூறான் என்றல் இனிது.

ஒருவன் அறத்தைப் போற்றிக் கூறாதவனாய் அறமல்லாதவற்றைச் செய்தாலும், மற்றவனைப் பற்றிப் புறம்கூறாமல் இருக்கிறான் என்று சொல்லப்படுதல் நல்லது.

182. அறன்அழீஇ அல்லவை செய்தலின் தீதே
புறன்அழீஇப் பொய்த்து நகை.

அறத்தை அழித்துப் பேசி அறமல்லாதவைகளைச் செய்வதை விட, ஒருவன் இல்லாத இடத்தில் அவனைப் பழித்துப் பேசி நேரில் பொய்யாக முகம் மலர்ந்து பேசுதல் தீமையாகும்.

183. புறம்கூறிப் பொய்த்துஉயிர் வாழ்தலின் சாதல்
அறம்கூறும் ஆக்கம் தரும்.

புறம் கூறிப் பொய்யாக நடந்து உயிர் வாழ்தலைவிட, அவ்வாறு செய்யாமல் வறுமையுற்று இறந்து விடுதல், அறநூல்கள் சொல்லும் ஆக்கத்தைத் தரும்.

184. கண்நின்று கண்அறச் சொல்லினும் சொல்லற்க
முன்இன்று பின்நோக்காச் சொல்.

எதிரே நின்று கண்ணோட்டம் இல்லாமல் கடுமையாகச் சொன்னாலும் சொல்லலாம்; நேரில் இல்லாதபோது பின் விளைவை ஆராயாத சொல்லைச் சொல்லக்கூடாது.

185. அறம்சொல்லும் நெஞ்சத்தான் அன்மை புறம்சொல்லும்
புன்மையால் காணப் படும்.

அறத்தை நல்லதென்று போற்றும் நெஞ்சம் இல்லாத தன்மை, ஒருவன் மற்றவனைப் பற்றிப் புறம் கூறுகின்ற சிறுமையால் காணப்படும்.

186. பிறன்பழி கூறுவான் தன்பழி யுள்ளும்
     திறன்தெரிந்து கூறப் படும்.

மற்றவனைப் பற்றிப் புறம் கூறுகின்றவன், அவனுடைய பழிகள் பலவற்றிலும் நோகத்தக்கவை ஆராய்ந்து கூறிப் பிறரால் பழிக்கப்படுவான்.

187. பகச்சொல்லிக் கேளிர்ப் பிரிப்பர் நகச்சொல்லி
     நட்பாடல் தேற்றா தவர்.

மகிழும்படியாகப் பேசி நட்பு கொள்ளுதல் நன்மை என்று தெளியாதவர் தம்மை விட்டு நீங்கும்படியாகப் புறம் கூறி நண்பரையும் பிரித்து விடுவர்.

188. துன்னியார் குற்றமும் தூற்றும் மரபினர்
     என்னைகொல் ஏதிலார் மாட்டு?

நெருங்கிப் பழகியவரின் குற்றத்தையும் புறம் கூறித் தூற்றும் இயல்புடையவர், பழகாத அயலாரிடத்து என்ன செய்வாரோ?

189. அறன்நோக்கி ஆற்றுங்கொல் வையம் புறன்நோக்கிப்
     புன்சொல் உரைப்பான் பொறை?

ஒருவர் நேரில் இல்லாதது கண்டு பழிச்சொல் கூறுவோனுடைய உடல் பாரத்தை, இவனையும் சுமப்பதே எனக்கு அறம் என்று கருதி நிலம் சுமக்கின்றதோ?

190. ஏதிலார் குற்றம்போல் தம்குற்றம் காண்கிற்பின்
     தீதுஉண்டோ மன்னும் உயிர்க்கு.

அயலாருடைய குற்றத்தைக் காண்பது போல் தம் குற்றத்தையும் காண வல்லவரானால், நிலை பெற்ற உயிர் வாழ்க்கைக்குத் துன்பம் உண்டோ?

20. பயனில சொல்லாமை

191. பல்லார் முனியப் பயன்இல சொல்லுவான்
எல்லாரும் எள்ளப் படும்.

கேட்டவர் பலரும் வெறுக்குமாறு பயனில்லாத சொற்களைச் சொல்பவன், எல்லாராலும் இகழப்படுவான்.

192. பயன்இல பல்லார்முன் சொல்லல் நயன்இல
நட்டார்கண் செய்தலின் தீது.

பலர் முன்னே பயனில்லாத சொற்களைச் சொல்லுதல், நண்பரிடத்தில் அறமில்லா செயல்களைச் செய்தலை விடத் தீமையானதாகும்.

193. நயன்இலன் என்பது சொல்லும் பயன்இல
பாரித்து உரைக்கும் உரை.

ஒருவன் பயனில்லாத பொருள்களைப் பற்றி விரிவாகச் சொல்லும் சொற்கள், அவன் அறமில்லாதவன் என்பதை அறிவிக்கும்.

194. நயன்சாரா நன்மையின் நீக்கும் பயன்சாராப்
பண்பில்சொல் பல்லா ரகத்து.

பயனோடு பொருந்தாத பண்பில்லாத சொற்களைப் பலரிடத்தும் சொல்லுதல், அறத்தோடு பொருந்தாமல் நன்மையிலிருந்து நீங்கச் செய்யும்.

195. சீர்மை சிறப்பொடு நீங்கும் பயன்இல
நீர்மை உடையார் சொலின்.

பயனில்லாத சொற்களை நல்ல பண்புடையவர் சொல்லுவாரானால், அவருடைய மேம்பாடு அவருக்குரிய மதிப்போடு நீங்கிவிடும்.

196. பயன்இல்சொல் பாராட்டு வானை மகன்எனல்
மக்கட் பதடி எனல்.

பயனில்லாத சொற்களைப் பலமுறை சொல்லுகின்ற ஒருவனை மனிதன் என்று சொல்லக்கூடாது; மக்களுள் பதர் என்று சொல்லவேண்டும்.

197. நயன்இல சொல்லினும் சொல்லுக சான்றோர்
பயன்இல சொல்லாமை நன்று.

அறம் இல்லாதவற்றைச் சொன்னாலும் சொல்லலாம்; சான்றோர் பயனில்லாத சொற்களைச் சொல்லாமல் இருத்தல் நன்மையாகும்.

198. அரும்பயன் ஆயும் அறிவினார் சொல்லார்
பெரும்ப யனில்லாத சொல்.

அருமையான பயன்களை ஆராயவல்ல அறிவையுடைய அறிஞர், அதிக பயனில்லாத சொற்களை ஒருபோதும் சொல்லமாட்டார்.

199. பொருள்தீர்ந்த பொச்சாந்தும் சொல்லார் மருள்தீர்ந்த
மாசறு காட்சி யவர்.

மயக்கத்திலிருந்து தெளிந்த மாசற்ற அறிவையுடையவர், பயன் நீங்கிய சொற்களை ஒருபோதும் மறந்தும் சொல்ல மாட்டார்.

200. சொல்லுக சொல்லின் பயனுடைய சொல்லற்க
சொல்லின் பயனிலாச் சொல்.

சொற்களில் பயனுடைய சொற்களை மட்டுமே சொல்ல வேண்டும்; பயனில்லாத சொற்களை சொல்லவே கூடாது.

21. தீவினையச்சம்

201. தீவினையார் அஞ்சார் விழுமியார் அஞ்சுவர்
தீவினை என்னுஞ் செருக்கு.

தீயவை செய்தலாகிய செருக்கைத் தீவினை உடைய பாவிகள் அஞ்சார்; தீவினை இல்லாத மேலோர் மட்டுமே அஞ்சுவர்.

202. தீயவை தீய பயத்தலால் தீயவை
தீயினும் அஞ்சப் படும்.

தீய செயல்கள் தீமையை விளைவிக்கும் தன்மை உடையனவாக இருத்தலால்; அத் தீயச் செயல்கள் தீயைவிடக் கொடியனவாகக் கருதி அஞ்சப்படும்.

203. அறிவினுள் எல்லாம் தலையென்ப தீய
செறுவார்க்கும் செய்யா விடல்.

தம்மை வருத்துவோர்க்கும் தீய செயல்களைச் செய்யாமலிருத்தலை, அறிவு எல்லாவற்றிலும் தலையான அறிவு என்று கூறுவர்.

204. மறந்தும் பிறன்கேடு சூழற்க சூழின்
அறம்சூழும் சூழ்ந்தவன் கேடு.

பிறருக்கு கேட்டைத் தரும் தீய செயல்களை ஒருவன் மறந்தும் கூட எண்ணக்கூடாது, எண்ணினால் எண்ணியவனுக்கு கேடு விளையுமாறு அறம் எண்ணும்.

205. இலன்என்று தீயவை செய்யற்க செய்யின்
இலன்ஆகும் மற்றும் பெயர்த்து.

யான் வறியவன் என்று நினைத்துத் தீய செயல்களைச் செய்யக்கூடாது; செய்தால் மீண்டும் வறியவன் ஆகி வருந்துவான்.

206. தீப்பால தான்பிறர்கண் செய்யற்க நோய்ப்பால
தன்னை அடல்வேண்டா தான்.

துன்பம் செய்யும் தீவினைகள் தன்னை வருத்துதலை விரும்பாதவன், தீயசெயல்களைத் தான் பிறருக்குச் செய்யாமலிருக்க வேண்டும்.

207. எனைப்பகை உற்றாரும் உய்வர் வினைப்பகை
வீயாது பின்சென்று அடும்.

எவ்வளவு கொடிய பகை உடையவரும் தப்பி வாழ முடியும்; ஆனால் தீயவை செய்தால் வரும் தீவினையாகிய பகை நீங்காமல் பின் சென்று வருத்தும்.

208. தீயவை செய்தார் கெடுதல் நிழல்தன்னை
வீயாது அடிஉறைந் தற்று.

தீய செயல்களைச் செய்தவர் கேட்டை அடைதல், ஒருவனுடைய நிழல் அவனை விடாமல் வந்து அடியில் தங்கியிருத்தலைப் போன்றது.

209. தன்னைத்தான் காதலன் ஆயின் எனைத்தொன்றும்
துன்னற்க தீவினைப் பால்.

ஒருவன் தன்னைத் தான் விரும்பி வாழ்பவனாயின், தீய செயலாகிய பகுதியை எவ்வளவு சிறியதாயினும் பொருந்தாமல் நீங்க வேண்டும்.

210. அருங்கேடன் என்பது அறிக மருங்கோடித்
தீவினை செய்யான் எனின்.

ஒருவன் தவறான நெறியில் சென்று தீய செயல் செய்யாதிருப்பானானால் அவன் கேடு இல்லாதவன் என்று அறியலாம்.

22. ஒப்புரவறிதல்

211. கைம்மாறு வேண்டா கடப்பாடு மாரிமாட்டு
என்ஆற்றும் கொல்லோ உலகு.

இந்த உலகத்தார் மழைக்கு என்ன கைமாறு செய்கின்றனர்; மழை போன்றவர் செய்யும் உதவிகளும் கைமாறு வேண்டாதவை.

212. தாளாற்றித் தந்த பொருள்எல்லாம் தக்கார்க்கு
வேளாண்மை செய்தல் பொருட்டு.

ஒப்புரவாளன் தன்னால் இயன்ற முயற்சி செய்து சேர்த்த பொருள் எல்லாம் தக்கவர்க்கு உதவி செய்வதற்கே ஆகும்.

213. புத்தேள் உலகத்தும் ஈண்டும் பெறல்அரிதே
ஒப்புரவின் நல்ல பிற.

பிறர்க்கு உதவி செய்து வாழும் ஒப்புரவைப் போல நல்லனவாகிய வேறு அறப்பகுதிகளைத் தேவருலகத்திலும் இவ்வுலகத்திலும் பெறுதல் இயலாது.

214. ஒத்தது அறிவான் உயிர்வாழ்வான் மற்றையான்
செத்தாருள் வைக்கப் படும்.

ஒப்புரவை அறிந்து போற்றிப் பிறர்க்கு உதவியாக வாழ்கின்றவன் உயிர் வாழ்கின்றவன் ஆவான், மற்றவன் செத்தவருள் சேர்த்துக் கருதப்படுவான்.

215. ஊருணி நீர்நிறைந் தற்றே உலகவாம்
பேரறி வாளன் திரு.

ஒப்புரவினால் உலகம் வாழுமாறு விரும்பும் பேரறிவாளியின் செல்வம், ஊரார் நீருண்ணும் குளம் நீரால் நிறைந்தாற் போன்றது.

216. பயன்மரம் உள்ளூர்ப் பழுத்தற்றால் செல்வம்
நயன்உடை யான்கண் படின்.

ஒப்புரவாகிய நற்பண்பு உடையவனிடம் செல்வம் சேர்ந்தால் அஃது ஊரின் நடுவே உள்ள பயன் மிகுந்த மரம் பழங்கள் பழுத்தாற் போன்றது.

217. மருந்தாகித் தப்பா மரத்தற்றால் செல்வம்
பெருந்தகை யான்கண் படின்.

ஒப்புரவாகிய பெருந்தகைமை உடையவனிடத்து செல்வம் சேர்ந்தால் அஃது எல்லா உறுப்புகளுக்கும் மருந்தாகிப் பயன்படத் தவறாத மரம் போன்றது.

218. இடன்இல் பருவத்தும் ஒப்புரவிற்கு ஒல்கார்
கடன்அறி காட்சி யவர்.

ஒப்புரவு அறிந்து ஒழுதலாகியத் தன் கடமை அறிந்த அறிவை உடையவர், செல்வ வளம் இல்லாத காலத்திலும் ஒப்புரவுக்குத் தளர மாட்டார்.

219. நயன்உடையான் நல்கூர்ந்தான் ஆதல் செயும்நீர
செய்யாது அமைகலா வாறு.

ஒப்புரவாகிய நற்பண்பு உடையவன் வறுமை உடையவனாதல், செய்யத்தக்க உதவிகளைச் செய்யாமல் வருந்துகின்ற தன்மையாகும்.

220. ஒப்புரவி னால்வரும் கேடுஎனின் அஃதொருவன்
விற்றுக்கோள் தக்கது உடைத்து.

ஒப்புரவால் கேடு வரும் என்றால் அக்கேடு ஒருவன் தன்னை விற்றாவது வாங்கிக்கொள்ளும் தகுதி உடையதாகும்.

23. ஈகை

221. வறியார்க்குஒன்று ஈவதே ஈகைமற் றெல்லாம்
குறியெதிர்ப்பை நீரது உடைத்து.

வறியவர்க்கு ஒரு பொருளைக் கொடுப்பதே ஈகை எனப்படுவது, மற்றவர்க்குக் கொடுப்பதெல்லாம் பயன் எதிர்பார்த்து கொடுக்கும் தன்மை உடையது.

222. நல்ஆறு எனினும் கொளல்தீது மேலுலகம்
இல்எனினும் ஈதலே நன்று.

பிறரிடம் பொருள் பெற்றுக்கொள்ளுதல் நல்ல நெறி என்றாலும் கொள்ளல் தீமையானது, மேலுலகம் இல்லை என்றாலும் பிறக்குக் கொடுப்பதே சிறந்தது.

223. இலன்என்னும் எவ்வம் உரையாமை ஈதல்
குலன்உடையான் கண்ணே உள.

யான் வறியவன் என்னும் துன்பச் சொல்லை ஒருவன் உரைப்பதற்கு முன் அவனுக்கு கொடுக்கும் தன்மை, நல்ல குடிபிறப்பு உடையவனிடம் உண்டு.

224. இன்னாது இரக்கப் படுதல் இரந்தவர்
இன்முகம் காணும் அளவு.

பொருள் வேண்டும் என்ற இரந்தவரின் மகிழ்ந்த முகத்தைக் காணும் வரைக்கும் (இரத்தலைப் போலவே) இரந்து கேட்கப்படுவதும் துன்பமானது.

225. ஆற்றுவார் ஆற்றல் பசிஆற்றல் அப்பசியை
மாற்றுவார் ஆற்றலின் பின்.

தவ வலிமை உடையவரின் வலிமை பசியை பொறுத்துக் கொள்ளலாகும், அதுவும் அப்பசியை உணவு கொடுத்து மாற்றுகின்றவரின் ஆற்றலுக்குப் பிற்பட்டதாகும்.

226. அற்றார் அழிபசி தீர்த்தல் அஃதுஒருவன்
பெற்றான் பொருள்வைப் புழி.

வறியவரின் கடும் பசியைத் தீர்க்க வேண்டும் அதுவே பொருள் பெற்ற ஒருவன் அப்பொருளைத் தனக்குப் பிற்காலத்தில் உதவுமாறு சேர்த்து வைக்கும் இடமாகும்.

227. பாத்தூண் மரீஇ யவனைப் பசிஎன்னும்
தீப்பிணி தீண்ட அரிது.

தான் பெற்ற உணவை பலரோடும் பகிர்ந்து உண்ணும் பழக்கம் உடையவனை பசி என்று கூறப்படும் தீய நோய் அணுகுதல் இல்லை.

228. ஈத்துஉவக்கும் இன்பம் அறியார்கொல் தாம்உடைமை
வைத்துஇழக்கும் வன்க ணவர்?

தாம் சேர்த்து வைத்துள்ள பொருளைப் பிறருக்குக் கொடுக்காமல் வைத்திருந்து பின் இழந்துவிடும் வன கண்மை உடையவர், பிறர்க்கு கொடுத்து மகிழும் மகிழ்ச்சியை அறியாரோ.

229. இரத்தலின் இன்னாது மன்ற நிரப்பிய
தாமே தமியர் உணல்.

பொருளின் குறைபாட்டை நிரப்புவதற்காக உள்ளதைப் பிறர்க்கு ஈயாமல் தாமே தனியாக உண்பது வறுமையால் இறப்பதை விடத் துன்பமானது.

230. சாதலின் இன்னாதது இல்லை இனிதுஅதூஉம்
ஈதல் இயையாக் கடை.

சாவதைவிடத் துன்பமானது வேறொன்றும் இல்லை, ஆனால் வறியவர்க்கு ஒரு பொருள் கொடுக்க முடியாத நிலை வந்தபோது அச்சாதலும் இனியதே ஆகும்.

24. புகழ்

**231. ஈதல் இசைபட வாழ்தல் அதுஅல்லது
ஊதியம் இல்லை உயிர்க்கு.**

வறியவர்க்கு ஈதல் வேண்டும் அதனால் புகழ் உண்டாக வாழ வேண்டும், அப்புகழ் அல்லாமல் உயிர்க்கு ஊதியமானது வேறொன்றும் இல்லை.

**232. உரைப்பார் உரைப்பவை எல்லாம் இரப்பார்க்குஒன்று
ஈவார்மேல் நிற்கும் புகழ்.**

புகழ்ந்து சொல்கின்றவர் சொல்பவை எல்லாம் வறுமையால் இரப்பவர்க்கு ஒரு பொருள் கொடுத்து உதவுகின்றவரின் மேல் நிற்கின்ற புகழேயாகும்.

**233. ஒன்றா உலகத்து உயர்ந்த புகழல்லால்
பொன்றாது நிற்பதுஒன்று இல்.**

உயர்ந்த புகழ் அல்லாமல் உலகத்தில் ஒப்பற்ற ஒரு பொருளாக அழியாமல் நிலைநிற்கவல்லது வேறொன்றும் இல்லை.

**234. நிலவரை நீள்புகழ் ஆற்றின் புலவரைப்
போற்றாது புத்தேள் உலகு.**

நிலவுலகின் எல்லையில் நெடுங்காலம் நிற்கவல்ல புகழைச் செய்தால், வானுலகம் (அவ்வாறு புகழ் செய்தாரைப் போற்றுமே அல்லாமல்) தேவரைப் போற்றாது..

**235. நத்தம்போல் கேடும் உளதுஆகும் சாக்காடும்
வித்தகர்க்கு அல்லால் அரிது.**

புகழுடம்பு மேம்படுதலாகும் வாழ்வில் கேடும், புகழ் நிலை நிற்பதாகும் சாவும் அறிவில் சிறந்தவர்க்கு அல்லாமல் மற்றவர்க்கு இல்லை.

திருக்குறள் / I. அறத்துப்பால் / 2. இல்லறவியல்

**236. தோன்றின் புகழோடு தோன்றுக அஃதிலார்
தோன்றலின் தோன்றாமை நன்று.**

ஒரு துறையில் முற்பட்டுத் தோன்றுவதானால் புகழோடு தோன்ற வேண்டும், அத்தகைய சிறப்பு இல்லாதவர் அங்கு தோன்றுவதைவிடத் தோன்றாமலிருப்பதே நல்லது.

**237. புகழ்பட வாழாதார் தம்நோவார் தம்மை
இகழ்வாரை நோவது எவன்?**

தமக்குப் புகழ் உண்டாகுமாறு வாழமுடியாதவர் தம்மைத் தாம் நொந்து கொள்ளாமல் தம்மை இகழ்கின்றவரை நொந்து கொள்ளக் காரணம் என்ன?

**238. வசைஎன்ப வையத்தார்க்கு எல்லாம் இசைஎன்னும்
எச்சம் பெறா விடின்.**

தமக்குப் பின் எஞ்சி நிற்பதாகியப் புகழைப் பெறா விட்டால் உலகத்தார் எல்லார்க்கும் அத்தகைய வாழ்க்கை பழி என்று சொல்லுவர்.

**239. வசைஇலா வண்பயன் குன்றும் இசைஇலா
யாக்கை பொறுத்த நிலம்.**

புகழ் பெறாமல் வாழ்வைக் கழித்தவருடைய உடம்பைச் சுமந்த நிலம், வசையற்ற வளமான பயனாகிய விளைவு இல்லாமல் குன்றிவிடும்.

**240. வசைஒழிய வாழ்வாரே வாழ்வார் இசைஒழிய
வாழ்வாரே வாழா தவர்.**

தாம் வாழும் வாழ்க்கையில் பழி உண்டாகாமல் வாழ்கின்றவரே உயிர் வாழ்கின்றவர், புகழ் உண்டாகாமல் வாழ்கின்றவரே உயிர் வாழாதவர்.

25. அருளுடைமை

241. அருட்செல்வஞ் செல்வத்துள் செல்வம் பொருட்செல்வம்
பூரியார் கண்ணும் உள.

பொருள்களாகிய செல்வங்கள் இழிந்தவரிடத்திலும் உள்ளன; (உயர்ந்தவரிடத்தில் மட்டுமே உள்ள) அருளாகிய செல்வமே செல்வங்களில் சிறந்த செல்வமாகும்.

242. நல்லாற்றால் நாடி அருளாள்க பல்லாற்றால்
தேரினும் அஃதே துணை.

நல்ல வழியால் ஆராய்ந்து அருளுடையவர்களாக விளங்க வேண்டும்; பல வழிகளால் ஆராய்ந்து கண்டாலும் அருளே வாழ்க்கைக்குத் துணையாக இருக்கும்.

243. அருள்சேர்ந்த நெஞ்சினார்க்கு இல்லை இருள்சேர்ந்த
இன்னா உலகம் புகல்.

அறியாமையாகிய இருள் பொருந்திய துன்ப உலகில் இருந்து வாழும் வாழ்க்கை, அருள் பொருந்திய நெஞ்சம் உடையவர்களுக்கு இல்லை.

244. மன்னுயிர் ஓம்பி அருள்ஆள்வாற்கு இல்லென்ப
தன்உயிர் அஞ்சும் வினை.

தன் உயிரின் பொருட்டு அஞ்சி வாழ்கின்ற தீவினை, உலகில் நிலைபெற்றுள்ள மற்ற உயிர்களைப் போற்றி அருளுடையவனாக இருப்பவனுக்கு இல்லை.

245. அல்லல் அருள்ஆள்வார்க்கு இல்லை வளிவழங்கும்
மல்லல்மா ஞாலம் கரி.

அருளுடையவராக வாழ்கின்றவர்களுக்குத் துன்பம் இல்லை, காற்று இயங்குகின்ற வளம் பெரிய உலகத்தில் வாழ்வோரே இதற்குச் சான்று ஆவர்.

246. பொருள்நீங்கிப் பொச்சாந்தார் என்பர் அருள்நீங்கி
அல்லவை செய்துஒழுகு வார்.

அருள் இல்லாதவராய் அறமல்லாதவைகளைச் செய்து நடப்பவர்களை, உறுதிப்பொருளாகிய அறத்திலிருந்து நீங்கித் தம் வாழ்க்கையின் குறிக்கோளை மறந்தவர் என்பார்.

247. அருளில்லார்க்கு அவ்வுலகம் இல்லை பொருளில்லார்க்கு
இவ்வுலகம் இல்லாகி யாங்கு.

பொருள் இல்லாதவர்க்கு இவ்வுலகத்து வாழ்க்கை இல்லாதவாறு போல உயிர்களிடத்தில் அருள் இல்லாதவர்க்கு அவ்வுலகத்து வாழ்க்கை இல்லையாம்.

248. பொருள்அற்றார் பூப்பர் ஒருகால் அருள்அற்றார்
அற்றார்மற்று ஆதல் அரிது.

பொருள் இல்லாதவர் ஒரு காலத்தில் வளம் பெற்று விளங்குவர், அருள் இல்லாதவர் வாழ்க்கையின் பயம் அற்றவரே. அவர் ஒரு காலத்திலும் சிறந்து விளங்குதல் இல்லை.

249. தெருளாதான் மெய்ப்பொருள் கண்டற்றால் தேரின்
அருளாதான் செய்யும் அறம்.

அருள் மேற்கொள்ளாதவன் செய்கின்ற அறச்செயலை ஆராய்ந்தால், அஃது அறிவு தெளியாதவன் ஒரு நூலின் உண்மைப் பொருளைக் கண்டாற் போன்றது.

250. வலியார்முன் தன்னை நினைக்காதான் தன்னின்
மெலியார்மேல் செல்லும் இடத்து.

(அருள் இல்லாதவன்) தன்னைவிட மெலிந்தவர் மேல் துன்புறுத்த செல்லும்போது, தன்னைவிட வலியவரின் முன் தான் அஞ்சி நிற்கும் நிலைமையை நினைக்க வேண்டும்.

| 55 |

26. புலால் மறுத்தல்

**251. தன்ஊன் பெருக்கற்குத் தான்பிறிது ஊன்உண்பான்
எங்ஙனம் ஆளும் அருள்?**

தன் உடம்பைப் பெருக்கச் செய்வதற்காக மற்றோர் உயிரின் உடம்பைத் தின்கின்றவன் எவ்வாறு அருளுடையவனாக இருக்க முடியும்?

**252. பொருள்ஆட்சி போற்றாதார்க்கு இல்லை அருளாட்சி
ஆங்கில்லை ஊன்தின் பவர்க்கு.**

பொருளுடையவராக இருக்கும் சிறப்பு அப்பொருளை வைத்துக் காப்பாற்றாதவர்க்கு இல்லை, அருளுடையவராக இருக்கும் சிறப்பு புலால் உண்பவர்க்கு இல்லை.

**253. படைகொண்டார் நெஞ்சம்போல் நன்றுஊக்காது ஒன்றன்
உடல்சுவை உண்டார் மனம்.**

ஓர் உயிரின் உடம்பைச் சுவையாக உண்டவரின் மனம் கொலைக்கருவியைக் கையில் கொண்டவரின் நெஞ்சம்போல் நன்மையாகி அருளைப் போற்றாது.

**254. அருளல்லது யாதெனில் கொல்லாமை கோறல்
பொருளல்லது அவ்வூன் தினல்.**

அருள் எது என்றால் ஓர் உயிரையும் கொல்லாமலிருத்தல், அருளல்லாது எது என்றால் உயிர்களைக் கொல்லுதல், அதன் உடம்பைத் தின்னுதல் அறம் அல்லாதது.

**255. உண்ணாமை உள்ளது உயிர்நிலை ஊன்உண்ண
அண்ணாத்தல் செய்யாது அளறு.**

உயிர்கள் உடம்பு பெற்று வாழும் நிலைமை, ஊன் உண்ணாதிருத்தலை அடிப்படையாகக் கொண்டது. ஊன் உண்டால் நரகம் அவனை வெளிவிடாது.

திருக்குறள் / I. அறத்துப்பால் / 3. துறவறவியல்

256. தினல்பொருட்டால் கொல்லாது உலகுஎனின் யாரும்
விலைப்பொருட்டால் ஊன்தருவார் இல்.

புலால் தின்னும் பொருட்டு உலகத்தார் உயிர்களைக் கொல்லாது இருப்பாரானால், விலையின் பொருட்டு ஊன் விற்பவர் இல்லாமல் போவார்.

257. உண்ணாமை வேண்டும் புலாஅல் பிறிதுஒன்றன்
புண்அது உணர்வார்ப் பெறின்.

புலால் உண்ணாமலிருக்க வேண்டும், ஆராய்ந்து அறிவாரைப் பெற்றால், அப்புலால் வேறோர் உயிரின் புண் என்பதை உணரலாம்.

258. செயிரின் தலைப்பிரிந்த காட்சியார் உண்ணார்
உயிரின் தலைப்பிரிந்த ஊன்.

குற்றத்திலிருந்து நீங்கிய அறிவை உடையவர், ஓர் உயிரினிடத்திலிருந்து பிரிந்து வந்த ஊனை உண்ணமாட்டார்.

259. அவிசொரிந்து ஆயிரம் வேட்டலின் ஒன்றன்
உயிர்செகுத்து உண்ணாமை நன்று.

நெய் முதலிய பொருள்களைத் தீயில் சொரிந்து ஆயிரம் வேள்விகள் செய்தலைவிட ஒன்றன் உயிரைக்கொன்று உடம்பைத் தின்னாதிருத்தல் நல்லது.

260. கொல்லான் புலாலை மறுத்தானைக் கைகூப்பி
எல்லா உயிரும் தொழும்.

ஒருயிரையும் கொல்லாமல் புலால் உண்ணாமல் வாழ்கின்றவனை உலகத்தில் உள்ள எல்லா உயிர்களும் கைகூப்பி வணங்கும்.

27. தவம்

261. உற்றநோய் நோன்றல் உயிர்க்குஉறுகண் செய்யாமை
அற்றே தவத்திற்கு உரு.

தனக்கு உற்ற துன்பத்தை பொறுத்தலும் மற்ற உயிர்க்குத் துன்பம் செய்யாதிருத்தலும் ஆகிய அவ்வளவே தவத்திற்கு வடிவமாகும்.

262. தவமும் தவமுடையார்க்கு ஆகும் அவம்அதனை
அஃதிலார் மேற்கொள் வது.

தவக்கோலமும் தவஒழுக்கமும் உடையவர்க்கே பொருந்துவதாகும்; அக்கோலத்தை தவ ஒழுக்கம் இல்லாதவர் மேற்கொள்வது வீண்முயற்சியாகும்?

263. துறந்தார்க்குத் துப்புரவு வேண்டி மறந்தார்கொல்
மற்றை யவர்கள் தவம்?

துறந்தவர்க்கு உணவு முதலியன கொடுத்து உதவ வேண்டும் என விரும்பி மற்றவர்கள் (இல்லறத்தினர்) தவம் செய்தலை மறந்தார்களோ?

264. ஒன்னார்த் தெறலும் உவந்தாரை ஆக்கலும்
எண்ணின் தவத்தான் வரும்.

தீமை செய்யும் பகைவரை அடக்குதலும் நன்மை செய்யும் நண்பரை உயர்த்துதலும் நினைத்த அளவில் தவத்தின் வலிமையால் உண்டாகும்.

265. வேண்டிய வேண்டியாங்கு எய்தலால் செய்தவம்
ஈண்டு முயலப் படும்.

விரும்பிய பயன்களை விரும்பியவாறே அடைய முடியுமா? கையால் செய்யத்தக்க தவம் இந்நிலையிலும் (இல்லற வாழ்க்கையிலும்) முயன்று செய்யப்படும்.

திருக்குறள் / I. அறத்துப்பால் / 3. துறவறவியல்

266. தவஞ்செய்வார் தம்கருமம் செய்வார்மற்று அல்லார்
    அவஞ்செய்வார் ஆசையுள் பட்டு.

தவம் செய்கின்றவரே தமக்குரிய கடமையைச் செய்கின்றவர் ஆவர், அவர் அல்லாத மற்றவர் ஆசை வலையில் அகப்பட்டு வீண் முயற்சி செய்கின்றவரே.

267. சுடச்சுடரும் பொன்போல் ஒளிவிடும் துன்பம்
    சுடச்சுட நோற்கிற் பவர்க்கு.

புடமிட்டு சுடச்சுட ஒளிவிடுகின்ற பொன்னைப்போல் தவம் செய்கின்றவரை துன்பம் வருத்த வருத்த மெய்யுணர்வு மிகும்.

268. தன்உயிர் தான்அறப் பெற்றானை ஏனைய
    மன்னுயிர் எல்லாந் தொழும்.

தவ வலிமையால் தன்னுடைய உயிர், தான் என்னும் பற்று நீங்கப் பெற்றவனை மற்ற உயிர்கள் எல்லாம் (அவனுடைய பெருமையை உணர்ந்து) தொழும்.

269. கூற்றம் குதித்தலும் கைகூடும் நோற்றலின்
    ஆற்றல் தலைப்பட் டவர்க்கு.

தவம் செய்வதால் பெறத்தக்க ஆற்றலைப் பெற்றவர்க்கு (ஓர் இடையூறும் இல்லையாகையால்) எமனை வெல்லுதலும் கைகூடும்.

270. இலர்பலர் ஆகிய காரணம் நோற்பார்
    சிலர்பலர் நோலா தவர்.

ஆற்றல் இல்லாதவர் பலராக உலகில் இருப்பதற்குக் காரணம் தவம் செய்கின்றவர் சிலராகவும், செய்யாதவர் பலராகவும் இருப்பதே ஆகும்.

28. கூடாவொழுக்கம்

**271. வஞ்ச மனத்தான் படிற்றொழுக்கம் பூதங்கள்
ஐந்தும் அகத்தே நகும்.**

வஞ்சமனம் உடையவனது பொய்யொழுக்கத்தை அவனுடைய உடம்பில் கலந்து நிற்கும் ஐந்து பூதங்களும் கண்டு தம்முள் சிரிக்கும்.

**272. வானுயர் தோற்றம் எவன்செய்யும் தன்நெஞ்சம்
தான்அறி குற்றப் படின்?**

தன் மனம் தான் அறிந்த குற்றத்தில் தங்குமானால் வானத்தைப் போல் உயர்ந்துள்ள தவக்கோலம் ஒருவனுக்கு என்ன பயன் செய்யும்?

**273. வலிஇல் நிலைமையான் வல்லுருவம் பெற்றம்
புலியின்தோல் போர்த்துமேய்ந் தற்று.**

மனத்தை அடக்கும் வல்லமை இல்லாதவன் மேற்கொண்ட வலிய தவக்கோலம், புலியின் தோலைப் போர்த்திக்கொண்டு பயிரை பசு மேய்ந்தாற் போன்றது.

**274. தவம்மறைந்து அல்லவை செய்தல் புதல்மறைந்து
வேட்டுவன் புள்சிமிழ்த் தற்று.**

தவக்கோலத்தில் மறைந்துகொண்டு தவம் அல்லாத தீய செயல்களைச் செய்தல், புதரில் மறைந்துகொண்டு வேடன் பறவைகளை வலைவீசிப் பிடித்தலைப் போன்றது.

**275. பற்றுஅற்றேம் என்பார் படிற்றொழுக்கம் எற்றுஎற்றுஎன்று
ஏதம் பலவும் தரும்.**

பற்றுக்களைத் துறந்தோம் என்று சொல்கின்றவரின் பொய்யொழுக்கம் என்ன செய்தோம் என்ன செய்தோம் என்று வருந்தும்படியான துன்பம் பலவும் தரும்.

**276. நெஞ்சில் துறவார் துறந்தார்போல் வஞ்சித்து
வாழ்வாரின் வன்கணார் இல்.**

மனத்தில் பற்றுகளைத் துறக்காமல் துறந்தவரைப்போல், வஞ்சனைச் செய்து வாழ்கின்றவரைப் போல், இரக்கமற்றவர் எவரும் இல்லை.

**277. புறங்குன்றி கண்டனைய ரேனும் அகங்குன்றி
மூக்கில் கரியார் உடைத்து.**

புறத்தில்குன்றிமணிபோல்செம்மையானவராய்காணப்பட்டாராயினும் அகத்தில் குன்றிமணியின் மூக்குப்போல் கருத்திருப்பவர் உலகில் உணடு.

**278. மனத்தது மாசுஆக மாண்டார்நீ ராடி
மறைந்துஒழுகு மாந்தர் பலர்.**

மனத்தில் மாசு இருக்க, தவத்தால் மாண்பு பெற்றவரைப்போல், நீரில் மறைந்து நடக்கும் வஞ்சனை உடைய மாந்தர் உலகில் பலர் உள்ளனர்.

**279. கணைகொடிது யாழ்கோடு செவ்விதுஆங் கன்ன
வினைபடு பாலால் கொளல்.**

நேராகத் தோன்றினும் அம்பு கொடியது; வளைவுடன் தோன்றினாலும் யாழின் கொம்பு நன்மையானது. மக்களின் பண்புகளையும் செயல் வகையால் உணர்ந்துகொள்ள வேண்டும்.

**280. மழித்தலும் நீட்டலும் வேண்டா, உலகம்
பழித்தது ஒழித்து விடின்.**

உலகம் பழிக்கும் தீயொழுக்கத்தை விட்டுவிட்டால் மொட்டை அடித்தலும் சடை வளர்த்தலுமாகிய புறக்கோலங்கள் வேண்டா.

29. கள்ளாமை

281. எள்ளாமை வேண்டுவான் என்பான் எனைத்துஒன்றும் கள்ளாமை காக்கதன் நெஞ்சு.

பிறரால் இகழப்படால் வாழ விரும்புகிறவன், எத்தன்மையான பொருளையும் பிறரிடமிருந்து வஞ்சித்துக்கொள்ள எண்ணாதபடி தன் நெஞ்சைக் காக்க வேண்டும்.

282. உள்ளத்தால் உள்ளலும் தீதே பிறன்பொருளைக் கள்ளத்தால் கள்வேம் எனல்.

குற்றமானதை உள்ளத்தால் எண்ணுவதும் குற்றமே, அதனால் பிறன் பொருளை அவன் அறியாத வகையால் வஞ்சித்துக் கொள்வோம் என்று எண்ணாதிருக்க வேண்டும்.

283. களவினால் ஆகிய ஆக்கம் அளவுஇறந்து ஆவது போலக் கெடும்.

களவு செய்து பொருள் கொள்வதால் உண்டாகிய ஆக்கம் பெருகுவது போல் தோன்றி இயல்பாக இருக்க வேண்டிய அளவையும் கடந்து கெட்டுவிடும்.

284. களவின்கண் கன்றிய காதல் விளைவின்கண் வீயா விழுமம் தரும்.

களவு செய்து பிறர் பொருள் கொள்ளுதலில் ஒருவனுக்கு உள்ள மிகுந்த விருப்பம், பயன் விளையும்போது தொலையாத துன்பத்தைத் தரும்.

285. அருள்கருதி அன்புடையர் ஆதல் பொருள்கருதிப் பொச்சாப்புப் பார்ப்பார்கண் இல்.

அருளைப் பெரிதாகக்கருதி அன்பு உடையவராய் நடத்தல், பிறருடைய பொருளைக் கவர எண்ணி அவர் சோர்ந்திருக்கும் நிலையைப் பார்ப்பவரிடத்தில் இல்லை.

**286. அளவின்கண் நின்றுஒழுகல் ஆற்றார் களவின்கண்
கன்றிய காத லவர்.**

களவு செய்து பிறர் பொருள் கொள்ளுதலில் மிக்க விருப்பம் உடையவர், அளவு (சிக்கனம்) போற்றி வாழும் நெறியில் நின்று ஒழுகமாட்டார்.

**287. களவுஎன்னும் காரறி வாண்மை அளவுஎன்னும்
ஆற்றல் புரிந்தார்கண் இல்.**

களவு என்பதற்கு காரணமான மயங்கிய அறிவு உடையவராயிருத்தல், அளவு அறிந்து வாழ்தலாகிய ஆற்றலை விரும்பினவரிடத்தில் இல்லை.

**288. அளவுஅறிந்தார் நெஞ்சத்து அறம்போல நிற்கும்
களவுஅறிந்தார் நெஞ்சில் கரவு.**

அளவறிந்து வாழ்கின்றவரின் நெஞ்சில் நிற்கும் அறம் போல் களவு செய்து பழகி அறிந்தவரின் நெஞ்சில் வஞ்சம் நிற்கும்.

**289. அளவுஅல்ல செய்தாங்கே வீழ்வர் களவல்ல
மற்றைய தேற்றா தவர்.**

களவு செய்தலைத் தவிர மற்ற நல்லவழிகளைத் நம்பித் தெளியாதவர் அளவு அல்லாத செயல்களைச் செய்து அப்போதே கெட்டழிவர்.

**290. கள்வார்க்குத் தள்ளும் உயிர்நிலை கள்ளார்க்குத்
தள்ளாது புத்தே ளுலகு.**

களவு செய்வார்க்கு உடலில் உயிர் வாழும் வாழ்வும் தவறிப் போகும், களவு செய்யாமல் வாழ்வோர்க்கு தேவருலகும் வாய்க்கத் தவறாது.

30. வாய்மை

**291. வாய்மை எனப்படுவது யாதுஎனின் யாதுஒன்றும்
தீமை இலாத சொலல்.**

வாய்மை என்று கூறப்படுவது எது என்றால், அது மற்றவர்க்கு ஒரு சிறிதும் தீங்கு இல்லாத சொற்களைக் சொல்லுதல் ஆகும்.

**292. பொய்ம்மையும் வாய்மை இடத்த புரைதீர்ந்த
நன்மை பயக்கும் எனின்.**

குற்றம் தீர்த்த நன்மையை விளைக்குமானால் பொய்யாச் சொற்களும் வாய்மை என்று கருதத்தக்க இடத்தைப் பெறும்.

**293. தன்நெஞ்சு அறிவது பொய்யற்க பொய்த்தபின்
தன்நெஞ்சே தன்னைச் சுடும்.**

ஒருவன் தன் நெஞ்சம் அறிவதாகிய ஒன்றைக் குறித்துப் பொய்ச் சொல்லக்கூடாது, பொய் சொன்னால் அதைக்குறித்துத் தன் நெஞ்சமே தன்னை வருத்தும்.

**294. உள்ளத்தால் பொய்யாது ஒழுகின் உலகத்தார்
உள்ளத்துள் எல்லாம் உளன்.**

ஒருவன் தன் உள்ளம் அறியப் பொய் இல்லாமல் நடப்பானானால் அத்தகையவன் உலகத்தாரின் உள்ளங்களில் எல்லாம் இருப்பவனாவான்.

**295. மனத்தொடு வாய்மை மொழியின் தவத்தொடு
தானம்செய் வாரின் தலை.**

ஒருவன் தன் மனதோடு பொருந்த உண்மை பேசுவானானால் அவன் தவத்தேடு தானமும் ஒருங்கே செய்வாரை விடச் சிறந்தவன்.

296. **பொய்யாமை அன்ன புகழ்இல்லை எய்யாமை**
எல்லா அறமும் தரும்.

ஒருவனுக்கு பொய் இல்லாமல் வாழ்தலைவிடப் புகழ் நிலை வேறொன்றும் இல்லை, அஃது அவன் அறியாமலேயே அவனுக்கு எல்லா அறமும் கொடுக்கும்.

297. **பொய்யாமை பொய்யாமை ஆற்றின் அறம்பிற**
செய்யாமை செய்யாமை நன்று.

பொய்யாமை ஆகிய அறத்லை உண்மையாகவே போற்றி வாழ முடிந்தால் மற்ற அறங்களைச் செய்தலும் நல்லது ஆகும்.

298. **புறம்தூய்மை நீரான் அமையும் அகம்தூய்மை**
வாய்மையால் காணப் படும்.

புறத்தே தூய்மையாக விளங்குதல் நீரினால் ஏற்படும், அதுபோல அகத்தே தூய்மையாக விளங்குதல் வாய்மையால் உண்டாகும்.

299. **எல்லா விளக்கும் விளக்கல்ல சான்றோர்க்குப்**
பொய்யா விளக்கே விளக்கு.

(புறத்தில் உள்ள இருளை நீக்கும்) விளக்குகள் எல்லாம் விளக்குகள் அல்ல, சான்றோர்க்கு (அகத்து இருள் நீக்கும்) பொய்யாமையாகிய விளக்கே விளக்கு ஆகும்.

300. **யாம்மெய்யாக் கண்டவற்றுள் இல்லை எனைத்தொன்றும்**
வாய்மையின் நல்ல பிற.

யாம் உண்மையாக கண்ட பொருள்களுள் வாய்மையைவிடத் எத்தன்மையாலும் சிறந்தவைகளாகச் சொல்லத்தக்கவை வேறு இல்லை.

31. வெகுளாமை

301. செல்இடத்துக் காப்பான் சினம்காப்பான் அல்இடத்துக்
காக்கின்என் காவாக்கால் என்?

பலிக்கும் இடத்தில் சினம் வராமல் காப்பவனே சினம் காப்பவன், பலிக்காத இடத்தில் காத்தால் என்ன, காக்காவிட்டால் என்ன?

302. செல்லா இடத்துச் சினம்தீது செல்லிடத்தும்
இல்அதனின் தீய பிற.

பலிக்காத இடத்தில் (தன்னைவிட வலியவரிடத்தில்) சினம் கொள்வது தீங்கு. பலிக்கும் இடத்திலும் (மெலியவரித்திலும்) சினத்தைவிடத் தீயவை வேறு இல்லை.

303. மறத்தல் வெகுளியை யார்மாட்டும் தீய
பிறத்தல் அதனான் வரும்.

யாரிடத்திலும் சினம் கொள்ளாமல் அதை மறந்துவிட வேண்டும், தீமையான விளைவுகள் அச்சினத்தாலேயே ஏற்படும்.

304. நகையும் உவகையும் கொல்லும் சினத்தின்
பகையும் உளவோ பிற?

முகமலர்ச்சியும் அகமலர்ச்சியும் கொல்லுகின்ற சினத்தைவிட ஒருவனுக்கு பகையானவை வேறு உள்ளனவோ?

305. தன்னைத்தான் காக்கின் சினம்காக்க காவாக்கால்
தன்னையே கொல்லும் சினம்.

ஒருவன் தன்னைத்தான் காத்துக் கொள்வதானால் சினம் வராமல் காத்துக்கொள்ள வேண்டும், காக்காவிட்டால் சினம் தன்னையே அழித்துவிடும்.

306. சினம்என்னும் சேர்ந்தாரைக் கொல்லி இனம்என்னும்
 ஏமப் புணையைச் சுடும்.

சினம் என்னும் சேர்ந்தவரை அழிக்கும் நெருப்பு ஒருவனுக்கு இனம் இன்பத் தெப்பத்தையும் சுட்டழிக்கும்.

307. சினத்தைப் பொருள்என்று கொண்டவன் கேடு
 நிலத்தறைந்தான் கைபிழையா தற்று.

(தன் வல்லமை புலப்படுத்தச்) சினத்தை பொருளென்று கொண்டவன் அழிதல், நிலத்தை அறைந்தவனுடைய கை தப்பாதது போல் ஆகும்.

308. இணர்எரி தோய்வுஅன்ன இன்னா செயினும்
 புணரின் வெகுளாமை நன்று.

பல சுடர்களை உடைய பெரு நெருப்பில் தோய்வது போன்ற துன்பத்தை ஒருவன் செய்தபோதிலும் அவன் மேல் சினங்கொள்ளாதிருத்தல் நல்லது.

309. உள்ளியது எல்லாம் உடன்எய்தும் உள்ளத்தால்
 உள்ளான் வெகுளி எனின்.

ஒருவன் தன் மனதால் சினத்தை எண்ணாதிருப்பானானால் நினைத்த நன்மைகளை எல்லாம் அவன் ஒருங்கே பெறுவான்.

310. இறந்தார் இறந்தார் அனையர் சினத்தைத்
 துறந்தார் துறந்தார் துணை.

சினத்தில் அளவு கடந்து சென்றவர் இறந்தவரைப் போன்றவர், சினத்தை அடியோடு துறந்தவர் துறந்தவர்க்கு ஒப்பாவர்.

32. இன்னா செய்யாமை

311. சிறப்புஈனும் செல்வம் பெறினும் பிறர்க்குஇன்னா
செய்யாமை மாசுஅற்றார் கோள்.

சிறப்பைத் தருகின்ற பெருஞ் செல்வத்தைப் பெறுவதாக இருந்தாலும், பிறர்க்குத் துன்பம் செய்யாதிருத்தலே மாசற்றவரின் கொள்கையாம்.

312. கறுத்துஇன்னா செய்தவக் கண்ணும் மறுத்துஇன்னா
செய்யாமை மாசுஅற்றார் கோள்.

ஒருவன் கருவுகொண்டு துன்பம் செய்தபோதிலும் அவனுக்கு திரும்ப துன்பம் செய்யாதிருத்தலே மாசற்றவரின் கொள்கையாகும்.

313. செய்யாமல் செற்றார்க்கும் இன்னாத செய்தபின்
உய்யா விழுமம் தரும்.

தான் ஒன்றும் செய்யாதிருக்கத் தனக்குத் தீங்கு செய்தவர்க்கும் துன்பமானவற்றைச் செய்தால் செய்த பிறகு தப்பமுடியாத துன்பத்தையே கொடுக்கும்.

314. இன்னாசெய் தாரை ஒறுத்தல் அவர்நாண
நன்னயம் செய்து விடல்.

இன்னா செய்தவரைத் தண்டித்தல் அவரே நாணும்படியாக அவருக்கு நல்லுதவி செய்தல் அவருடைய தீமையையும் நன்மையையும் மறந்துவிடுதலாகும்.

315. அறிவினான் ஆகுவது உண்டோ பிறிதின்நோய்
தம்நோய்போல் போற்றாக் கடை?

மற்ற உயிரின் துன்பத்தை தன் துன்பம்போல் கருதிக் காப்பாற்றாவிட்டால் பெற்றுள்ள அறிவினால் ஆகும் பயன் உண்டோ?

316. இன்னா எனத்தான் உணர்ந்தவை துன்னாமை
வேண்டும் பிறன்கண் செயல்.

ஒருவன் துன்பமானவை என்று தன் வாழ்க்கையில் கண்டு உணர்ந்தவைகளை மற்றவனிடத்தில் செய்யாமல் தவிர்க்க வேண்டும்.

317. எனைத்தானும் எஞ்ஞான்றும் யார்க்கும் மனத்தான்ஆம்
மாணாசெய் யாமை தலை.

எவ்வளவு சிறியதாயினும் எக்காலத்திலும் எவரிடத்திலும் மனதால் எண்ணி உண்டாகின்ற துன்பச்செயலைச் செய்யாதிருத்தலே நல்லது.

318. தன்உயிர்க்கு இன்னாமை தானறிவான் என்கொலோ
மன்னுயிர்க்கு இன்னா செயல்?

தன் உயிருக்குத் துன்பமானவை இவை என்று உணர்ந்தவன், அத்துன்பத்தை மற்ற உயிருக்குச் செய்தல் என்ன காரணத்தாலோ?

319. பிறர்க்குஇன்னா முற்பகல் செய்யின் தமக்குஇன்னா
பிற்பகல் தாமே வரும்.

முற்பகலில் மற்றவருக்கு துன்பமானவற்றைச் செய்தால் அவ்வாறு செய்தவர்க்கே பிற்பகலில் துன்பங்கள் தாமாக வந்து சேரும்.

320. நோய்எல்லாம் நோய்செய்தார் மேலவாம் நோய்செய்யார்
நோயின்மை வேண்டு பவர்.

துன்பம் எல்லாம் துன்பம் செய்தவரையே சார்வன, ஆகையால் துன்பம் இல்லாமல் வாழ்தலை விரும்புகின்றவர் பிறர்க்குத் துன்பம் செய்யமாட்டார்.

33. கொல்லாமை

321. அறவினை யாதெனில் கொல்லாமை கோறல்
பிறவினை எல்லாம் தரும்.

அறமாகிய செயல் எது என்றால் ஓர் உயிரையும் கொல்லாமையாகும், கொல்லுதல் அறமல்லாத செயல்கள் எல்லாவற்றையும் விளைவிக்கும்.

322. பகுத்துஉண்டு பல்லுயிர் ஓம்புதல் நூலோர்
தொகுத்தவற்றுள் எல்லாம் தலை.

கிடைத்ததைப் பகுந்து கொடுத்துத் தானும் உண்டு பல உயிர்களையும் காப்பாற்றுதல் அறநூலார் தொகுத்த அறங்கள் எல்லாவற்றினும் தலையான அறமாகும்.

323. ஒன்றாக நல்லது கொல்லாமை மற்றுஅதன்
பின்சாரப் பொய்யாமை நன்று.

இணையில்லாத ஓர் அறமாகக் கொல்லாமை நல்லது, அதற்கு அடுத்த நிலையில் கூறத்தக்கதாக பொய்யாமை நல்லது.

324. நல்லாறு எனப்படுவது யாதெனின் யாதொன்றும்
கொல்லாமை சூழும் நெறி.

நல்ல வழி என்று அறநூல்களால் சொல்லப்படுவது எது என்றால், எந்த உயிரையும் கொல்லாத அறத்தைப் போற்றும் நெறியாகும்.

325. நிலைஅஞ்சி நீத்தாருள் எல்லாம் கொலைஅஞ்சிக்
கொல்லாமை சூழ்வான் தலை.

வாழ்க்கையின் தன்மையைக்கண்டு அஞ்சித் துறந்தவர்கள் எல்லாரிலும், கொலைசெய்வதற்கு அஞ்சிக் கொல்லாத அறத்தைப் போற்றுகின்றவன் உயர்ந்தவன்.

திருக்குறள் / I. அறத்துப்பால் / 3. துறவறவியல்

326. கொல்லாமை மேற்கொண்டு ஒழுகுவான் வாழ்நாள்மேல்
செல்லாது உயிருண்ணும் கூற்று.

கொல்லாத அறத்தை மேற்கொண்டு நடக்கின்றவனுடைய வாழ்நாளின் மேல், உயிரைக்கொண்டு செல்லும் கூற்றுவனும் செல்லமாட்டான்.

327. தன்உயிர் நீப்பினும் செய்யற்க, தான்பிறிது
இன்னுயிர் நீக்கும் வினை.

தன் உயிர் உடம்பிலிருந்து நீங்கிச் செல்வதாக இருந்தாலும், அதைத் தடுப்பதற்காகத்தான் வேறோர் உயிரை நீக்கும் செயலைச் செய்யக்கூடாது.

328. நன்றாகும் ஆக்கம் பெரிதெனினும் சான்றோர்க்குக்
கொன்றாகும் ஆக்கம் கடை.

கொலையால் நன்மையாக விளையும் ஆக்கம் பெரிதாக இருந்தாலும், சான்றோர்க்குக் கொலையால் வரும் ஆக்கம் மிக இழிவானதாகும்.

329. கொலைவினையர் ஆகிய மாக்கள் புலைவினையர்
புன்மை தெரிவா ரகத்து.

கொலைத்தொழிலினராகிய மக்கள் அதன் இழிவை ஆராய்ந்தவரிடத்தில் புலைத்தொழிலுடையவராய்த் தாழ்ந்து தோன்றுவர்.

330. உயிர்உடம்பின் நீக்கியார் என்ப, செயிர்உடம்பின்
செல்லாத்தீ வாழ்க்கை யவர்.

நோய் மிகுந்த உடம்புடன் வறுமையான தீய வாழ்க்கை உடையவர், முன்பு கொலை பல செய்து உயிர்களை உடம்புகளில் இருந்து நீக்கினவர் என்று அறிஞர் கூறுவர்.

34. நிலையாமை

331. நில்லாத வற்றை நிலையின என்றுஉணரும்
புல்லறி வாண்மை கடை.

நிலையில்லாதவற்றை நிலையானவை என்று மயங்கி உணரும் புல்லறிவு உடையவராக இருத்தல் வாழ்க்கையில் இழிந்த நிலையாகும்.

332. கூத்தாட்டு அவைக்குழாத் தற்றே பெருஞ்செல்வம்
போக்கும் அதுவிளிந் தற்று.

பெரிய செல்வம் வந்து சேர்தல், கூத்தாடும் இடத்தில் கூட்டம் சேர்வதைப் போன்றது, அது நீங்கிப்போதலும் கூத்து முடிந்ததும் கூட்டம் கலைவதைப் போன்றது.

333. அற்கா இயல்பிற்றுச் செல்வம் அதுபெற்றால்
அற்குப ஆங்கே செயல்.

செல்வம் நிலைக்காத இயல்பை உடையது, அத்தகைய செல்வத்தைப்பெற்றால், பெற்ற அப்போதே நிலையான அறங்களைச் செய்ய வேண்டும்.

334. நாள்என ஒன்றுபோல் காட்டி உயிர்ஈரும்
வாள்அது உணர்வார்ப் பெறின்.

வாழ்க்கையை ஆராய்ந்து உணர்வாரைப் பெற்றால் நாள் என்பது ஒரு கால அளவுகோல்காட்டி, உயிரை உடம்பிலிருந்து பிரித்து அறுக்கும் வாளாக உள்ளது.

335. நாச்செற்று விக்குள்மேல் வாராமுன் நல்வினை
மேற்சென்று செய்யப் படும்.

நாவை அடக்கி விக்கல் மேலெழுவதற்கு முன்னே (இறப்பு நெருங்குவதற்கு முன்) நல்ல அறச்செயலை விரைந்து செய்யத்தக்கதாகும்.

**336. நெருநல் உளன்ஒருவன் இன்றுஇல்லை என்னும்
பெருமை உடைத்துஇவ் வுலகு.**

நேற்று இருந்த ஒருவன் இன்று இல்லாமல் இறந்து போனான் என்று சொல்லப்படும் நிலையாமை ஆகிய பெருமை உடையது இவ்வுலகம்.

**337. ஒருபொழுதும் வாழ்வது அறியார் கருதுப
கோடியும் அல்ல பல.**

அறிவில்லாதவர் ஒரு வேளையாவது வாழ்க்கையின் தன்மையை ஆராய்ந்து அறிவதில்லை. ஆனால் வீணில் எண்ணுவனவோ ஒரு கோடியும் அல்ல, மிகப்பல எண்ணங்கள்.

**338. குடம்பை தனித்துஒழியப் புள்பறந் தற்றே
உடம்பொடு உயிரிடை நட்பு.**

உடம்போடு உயிர்க்கு உள்ள உறவு, தான் இருந்த கூடு தனியே இருக்க அதை விட்டு வேறிடத்திற்குப் பறவை பறந்தாற்போன்றது.

**339. உறங்கு வதுபோலும் சாக்காடு உறங்கி
விழிப்பது போலும் பிறப்பு.**

இறப்பு எனப்படுவது ஒருவனுக்கு உறக்கம் வருதலைப் போன்றது, பிறப்பு எனப்படுவது உறக்கம் நீங்கி விழித்துக்கொவள்வதைப் போன்றது.

**340. புக்கில் அமைந்தின்று கொல்லோ உடம்பினுள்
துச்சில் இருந்த உயிர்க்கு?**

(நோய்களுக்கு இடமாகிய) உடம்பில் ஒரு மூலையில் குடியிருந்த உயிர்க்கு, நிலையாகப் புகுந்திருக்கும் வீடு இதுவரையில் அமையவில்லையோ?

35. துறவு

**341. யாதனின் யாதனின் நீங்கியான் நோதல்
அதனின் அதனின் இலன்.**

ஒருவன் எந்தெந்த பொருளிலிருந்து பற்று நீங்கியவனாக இருக்கின்றானோ, அந்தந்தப் பொருளால் அவன் துன்பம் அடைவதில்லை.

**342. வேண்டின்உண் டாகத் துறக்க துறந்தபின்
ஈண்டுஇயற் பால பல.**

துன்பமில்லாத நிலைமை வேண்டுமானால் எல்லாப் பொருள்களும் உள்ள காலத்திலேயே துறக்க வேண்டும், துறந்த பின் இங்கு பெறக்கூடும் இன்பங்கள் பல.

**343. அடல்வேண்டும் ஐந்தன் புலத்தை விடல்வேண்டும்
வேண்டிய எல்லாம் ஒருங்கு.**

ஐம்பொறிகளுக்கும் உரிய ஐந்து புலன்களின் ஆசையையும் வெல்லுதல் வேண்டும், அவற்றிற்கு வேண்டிய பொருள்களை எல்லாம் ஒருசேரவிட வேண்டும்.

**344. இயல்பாகும் நோன்பிற்குஒன்று இன்மை உடைமை
மயலாகும் மற்றும் பெயர்த்து.**

தவம் செய்தவற்கு ஒரு பற்றும் இல்லாதிருத்தல் இயல்பாகும், பற்று உடையவராக இருத்தல் மீண்டும் மயங்குவதற்கு வழியாகும்.

**345. மற்றும் தொடர்ப்பாடு எவன்கொல் பிறப்புஅறுக்கல்
உற்றார்க்கு உடம்பும் மிகை?**

பிறவித் துன்பத்தைப் போக்க முயல்கின்றவர்க்கு உடம்பும் மிகையான பொருள் ஆகையால் அதற்கு மேல் வேறு தொடர்பு கொள்வது ஏனோ?

346. யான்எனது என்னும் செருக்குஅறுப்பான் வானோர்க்கு
உயர்ந்த உலகம் புகும்.

உடம்பை யான் எனக் கருதலும் தொடர்பு இல்லாத பொருளை எனது எனக் கருதலுமாகிய மயக்கத்தை போக்குகின்றவன், தேவர்க்கும் எட்டாத உயர்ந்த நிலை அடைவான்.

347. பற்றி விடாஅ இடும்பைகள் பற்றினைப்
பற்றி விடாஅ தவர்க்கு.

யான் எனது என்னும் இருவகைப் பற்றுகளையும் பற்றிக் கொண்டுவிடாத வரை, துன்பங்களும் விடாமல் பற்றிக்கொள்கின்றன.

348. தலைப்பட்டார் தீரத் துறந்தார் மயங்கி
வலைப்பட்டார் மற்றை யவர்.

முற்றும் துறந்தவரே உயர்ந்த நிலையினர் ஆவர், அவ்வாறு துறக்காத மற்றவர் அறியாமையாகிய வலையில் அகப்பட்டவர் ஆவர்.

349. பற்றற்ற கண்ணே பிறப்புஅறுக்கும் மற்று
நிலையாமை காணப் படும்.

இருவகைப் பற்றும் அற்றபொழுதே அந்நிலை பிறவித் துன்பத்தை ஒழிக்கும், இல்லையானால் (பிறவித்துன்பம் மாறி மாறி வந்து) நிலையாமைக் காணப்படும்.

350. பற்றுக பற்றற்றான் பற்றினை அப்பற்றைப்
பற்றுக பற்று விடற்கு.

பற்றில்லாதவனாகிய கடவுளுடைய பற்றை மட்டும் பற்றிக்கொள்ள வேண்டும், உள்ள பற்றுகளை விட்டொழிப்பதற்கே அப்பற்றைப் பற்ற வேண்டும்.

36. மெய்யுணர்தல்

351. பொருள்அல்ல வற்றைப் பொருள்என்று உணரும்
மருளான்ஆம் மாணாப் பிறப்பு.

மெய்ப்பொருள் அல்லாதவைகளை மெய்ப்பொருள் என்று தவறாக உணர்கின்ற மயக்க உணர்வால் சிறப்பில்லாத துன்பப் பிறவி உண்டாகும்.

352. இருள்நீங்கி இன்பம் பயக்கும் மருள்நீங்கி
மாசுஅறு காட்சி யவர்க்கு.

மயக்கம் நீங்கிக் குற்றம் அற்ற மெய்யுணர்வை உடையவர்க்கு, அம் மெய்யுணர்வு அறியாமையை நீக்கி இன்ப நிலையைக்கொடுக்கும்.

353. ஐயத்தின் நீங்கித் தெளிந்தார்க்கு வையத்தின்
வானம் நணியது உடைத்து.

ஐயத்திலிருந்து நீங்கி மெய்யுணர்வு பெற்றவர்க்கு அடைந்துள்ள இவ்வுலகைவிட அடைய வேண்டிய மேலுலகம் அண்மையில் உள்ளதாகும்.

354. ஐயுணர்வு எய்திய கண்ணும் பயம்இன்றே
மெய்உணர்வு இல்லா தவர்க்கு.

மெய்யுணர்வு இல்லாதவர்க்கு ஐந்து புலன்களின் வேறுபாட்டால் வளர்ந்த ஐந்து வகை உணர்வும் முற்றப்பெற்றபோதிலும் பயன் இல்லை.

355. எப்பொருள் எத்தன்மைத்து ஆயினும் அப்பொருள்
மெய்ப்பொருள் காண்பது அறிவு.

எப்பொருள் எத்தன்மையதாய்த் தோன்றினாலும் (அத்தோற்றத்தை மட்டும் கண்டுமங்காமல்) அப்பொருளின் உண்மையான இயல்பை அறிவதே மெய்யுணர்வு.

**356. கற்றுஈண்டு மெய்ப்பொருள் கண்டார் தலைப்படுவர்
மற்றுஈண்டு வாரா நெறி.**

கற்க வேண்டியவற்றைக் கற்று இங்கு மெய்ப்பொருளை உணர்ந்தவர், மீண்டும் இப்பிறப்பிற்கு வராத வழியை அடைவர்.

**357. ஓர்த்துஉள்ளம் உள்ளது உணரின் ஒருதலையாப்
பேர்த்துஉள்ள வேண்டா பிறப்பு.**

ஒருவனுடைய உள்ளம் உண்மைப் பொருளை ஆராய்ந்து உறுதியாக உணர்ந்தால், அவனுக்கு மீண்டும் பிறப்பு உள்ளதென எண்ண வேண்டா.

**358. பிறப்புஎன்னும் பேதைமை நீங்கச் சிறப்புஎன்னும்
செம்பொருள் காண்பது அறிவு.**

பிறவித்துன்பத்திற்கு காரணமான அறியாமை நீங்குமாறு முக்தி எனும் சிறந்த நிலைக்குக் காரணமான செம்பொருளைக் காண்பதே மெய்யுணர்வு.

**359. சார்புஉணர்ந்து சார்பு கெடஒழுகின் மற்றழித்துச்
சார்தரா சார்தரும் நோய்.**

எல்லாப் பொருளுக்கும் சார்பான செம்பொருளை உணர்ந்து பற்றுக் கெடுமாறு ஒழுகினால், சார்வதற்கு உரிய துன்பங்கள் திரும்ப வந்து சேராது.

**360. காமம் வெகுளி மயக்கம் இவைமூன்றன்
நாமம் கெடக்கெடும் நோய்.**

விருப்பு, வெறுப்பு, அறியாமை ஆகிய இக்குற்றங்கள் மூன்றனுடைய பெயரும் கெடுமாறு ஒழுகினால் துன்பங்கள் வராமற் கெடும்.

37. அவா அறுத்தல்

361. அவாஎன்ப எல்லா உயிர்க்கும்எஞ் ஞான்றும்
தவாஅப் பிறப்புஈனும் வித்து.

எல்லா உயிர்களுக்கும் எக்காலத்திலும் ஒழியாமல் வருகின்ற பிறவித்துன்பத்தை உண்டாக்கும் வித்து அவா என்று கூறுவர்.

362. வேண்டுங்கால் வேண்டும் பிறவாமை மற்றுஅது
வேண்டாமை வேண்ட வரும்.

ஒருவன் ஒன்றை விரும்புவதனால் பிறவா நிலைமையை விரும்ப வேண்டும், அது அவா அற்ற நிலையை விரும்பினால் உண்டாகும்.

363. வேண்டாமை அன்ன விழுச்செல்வம் ஈண்டில்லை
யாண்டும் அஃதுஒப்பது இல்.

அவா அற்ற நிலைமை போன்ற சிறந்த செல்வம் இவ்வுலகில் இல்லை, வேறு எங்கும் அதற்கு நிகரான ஒன்று இல்லை.

364. தூஉய்மை என்பது அவாவின்மை மற்றுஅது
வாஅய்மை வேண்ட வரும்.

தூயநிலை என்று கூறப்படுவது அவா இல்லா திருத்தலே யாகும், அவா அற்ற அத்தன்மை மெய்ப்பொருளை விரும்புவதால் உண்டாகும்.

365. அற்றவர் என்பார் அவாஅற்றார் மற்றையார்
அற்றாக அற்றது இலர்.

பற்றற்றவர் என்று கூறப்படுவோர் அவா அற்றவரே, அவா அறாத மற்றவர் அவ்வளவாகப் பற்று அற்றவர் அல்லர்.

366. அஞ்சுவது ஒரும் அறனே ஒருவனை
வஞ்சிப்பது ஓரும் அவா.

ஒருவன் அவாவிற்கு அஞ்சி வாழ்வதே அறம், ஏன் எனில் ஒருவனைச் சோர்வு கண்டுகொடுத்து வஞ்சிப்பது அவாவே.

367. அவாவினை ஆற்ற அறுப்பின் தவாவினை
தான்வேண்டும் ஆற்றான் வரும்.

ஒருவன் ஆசையை முழுதும் ஒழித்தால், அவன் கெடாமல் வாழ்வதற்கு உரிய நல்ல செயல் அவன் விரும்புமாறு வாய்க்கும்.

368. அவாஇல்லார்க்கு இல்லாகும் துன்பம்அஃது உண்டேல்
தவாஅது மேன்மேல் வரும்.

அவா இல்லாதவர்க்குத் துன்பம் இல்லையாகும், அவா இருந்தால் எல்லாத் துன்பங்களும் மேலும் மேலும் ஒழியாமல் வரும்.

369. இன்பம் இடையறாது ஈண்டும் அவாவென்னும்
துன்பத்துள் துன்பம் கெடின்.

அவா என்று சொல்லப்படுகின்ற துன்பங்களுள் பொல்லாத துன்பம் கெடுமானால் இவ்வுலகில் இன்பம் இடையறாமல் வாய்க்கும்.

370. ஆரா இயற்கை அவாநீப்பின் அந்நிலையே
பேரா இயற்கை தரும்.

ஒருபோதும் நிரம்பாத தன்மை உடைய அவாவை ஒழித்தால், ஒழித்த அந்நிலையே எப்போதும் மாறாதிருக்கும் இன்ப வாழ்வைத் தரும்.

38. ஊழ்

371. ஆகுஊழால் தோன்றும் அசைவின்மை கைப்பொருள்
போகுஊழால் தோன்றும் மடி.

கைப்பொருள் ஆவதற்கு காரணமான ஊழால் சோர்வில்லாத முயற்சி உண்டாகும், கைப்பொருள் போவதற்கு காரணமான ஊழால் சோம்பல் ஏற்படும்.

372. பேதைப் படுக்கும் இழவுஊழ் அறிவகற்றும்
ஆகல்ஊழ் உற்றக் கடை.

பொருள் இழந்தற்கு காரணமான ஊழ், பேதையாக்கும் பொருள் ஆவதற்கு காரணமான ஊழ் அறிவைப் பெருக்கும்.

373. நுண்ணிய நூல்பல கற்பினும் மற்றும்தன்
உண்மை அறிவே மிகும்.

ஒருவன் நுட்பமான நூல் பலவற்றைக் கற்றாலும் ஊழுக்கு ஏற்றவாறு அவனுக்கு உள்ளதாகும் அறிவே மேம்பட்டுத் தோன்றும்.

374. இருவேறு உலகத்து இயற்கை திருவேறு
தெள்ளியர் ஆதலும் வேறு.

உலகத்தின் இயற்கை ஊழின் காரணமாக இரு வேறு வகைப்படும், செல்வம் உடையவராதலும் வேறு அறிவு உடையவராதலும் வேறு.

375. நல்லவை எல்லாஅம் தீயவாம் தீயவும்
நல்லவாஞ் செல்வம் செயற்கு.

செல்வத்தை ஈட்டும் முயற்சிக்கு ஊழ்வகையால் நல்லவை எல்லாம் தீயவை ஆதலும் உண்டு, தீயவை நல்லவை ஆதலும் உண்டு.

376. பரியினும் ஆகாவாம் பால்அல்ல உய்த்துச்
சொரியினும் போகா தமை.

ஊழால் தமக்கு உரியவை அல்லாத பொருள்கள் வருந்திக் காப்பாற்றினாலும் நில்லாமல் போகும் தமக்கு உரியவை கொண்டு போய்ச் சொரிந்தாலும் போகாது.

377. வகுத்தான் வகுத்த வகையல்லால் கோடி
தொகுத்தார்க்கும் துய்த்தல் அரிது.

ஊழ் ஏற்படுத்திய வகையால் அல்லாமல் முயன்று கோடிக்கணக்கான பொருளைச் சேர்த்தவருக்கும் அவற்றை நுகர முடியாது.

378. துறப்பார்மன் துப்புர வில்லார் உறற்பால
ஊட்டா கழியும் எனின்.

வரவேண்டிய துன்பங்கள் வந்து வருத்தாமல் நீங்குமானால் நுகரும் பொருள் இல்லாத வறியவர் துறவறம் மேற்கொள்வர்.

379. நன்றுஆம்கால் நல்லவாக் காண்பவர் அன்றுஆம்கால்
அல்லற் படுவது எவன்?

நல்வினை விளையும்போது நல்லவை எனக் கருதி மகிழ்கின்றனர், தீவினை விளையும் போது துன்பப்பட்டுக் கலங்குவது ஏனோ.

380. ஊழின் பெருவலி யாவுள மற்றொன்று
சூழினும் தான்முந் துறும்.

ஊழைவிட மிக்க வலிமையுள்ளவை வேறு எவை உள்ளன, ஊழை விலக்கும் பொருட்டு மற்றொரு வழியை ஆராய்ந்தாலும் அங்கும் தானே முன்வந்து நிற்கும்.

II. பொருட்பால்

39. இறைமாட்சி

381. படைகுடி கூழ்அமைச்சு நட்புஅரண் ஆறும்
உடையான் அரசருள் ஏறு.

படை, குடி, கூழ், அமைச்சு, நட்பு, அரண் என்று கூறப்படும் ஆறு அங்கங்களையும் உடையவனே அரசருள் ஆண் சிங்கம் போன்றவன்.

382. அஞ்சாமை ஈகை அறிவுஊக்கம் இந்நான்கும்
எஞ்சாமை வேந்தற்கு இயல்பு.

அஞ்சாமை, ஈகை, அறிவுடைமை, ஊக்கமுடைமை இந்த நான்கு பண்புகளும் குறைவு படாமல் இருத்தலே அரசனுக்கு இயல்பாகும்.

383. தூங்காமை கல்வி துணிவுடைமை இம்மூன்றும்
நீங்கா நிலன்ஆள் பவர்க்கு.

காலம் தாழ்த்தாத தன்மை, கல்வியுடைமை, துணிவுடைமை இந்த மூன்று பண்புகளும் நிலத்தை ஆளும் அரசனுக்கு நீங்காமல் இருக்க வேண்டியவை.

384. அறன்இழுக்காது அல்லவை நீக்கி மறன்இழுக்கா
மானம் உடையது அரசு.

ஆட்சி முறைக்கு உரிய அறத்தில் தவறாமல் அறமல்லாதவற்றை நீக்கி வீரத்தில் குறைபடாத மானத்தை உடையவனே சிறந்த அரசன் ஆவான்.

385. இயற்றலும் ஈட்டலும் காத்தலும் காத்த
வகுத்தலும் வல்லது அரசு.

பொருள் வரும் வழிகளை மேன்மேலும் இயற்றலும், வந்த பொருள்களைச் சேர்த்தலும், காத்தலும் காத்தவற்றை வகுத்துச் செலவு செய்தலிலும் அரசன் வல்லவனாக இருக்க வேண்டும்.

திருக்குறள் / II. பொருட்பால் / 1. அரசியல்

**386. காட்சிக்கு எளியன் கடுஞ்சொல்லன் அல்லனேல்
மீக்கூறும் மன்னன் நிலம்.**

காண்பதற்கு எளியவனாய்க் கடுஞ்சொல் கூறாதவனாய் இருந்தால் அந்த மன்னனுடைய ஆட்சிக்கு உட்பட்ட நாட்டை உலகம் புகழும்.

**387. இன்சொலால் ஈத்துஅளிக்க வல்லார்க்குத் தன்சொலால்
தான்கண் டனைத்துஇவ் வுலகு.**

இனிய சொற்களுடன் தக்கவர்க்குப் பொருளை உதவி காக்க வல்ல அரசனுக்கு இவ்வுலகம் தன் புகழோடு தான் கருதியபடி அமைவதாகும்.

**388. முறைசெய்து காப்பாற்றும் மன்னவன் மக்கட்கு
இறைஎன்று வைக்கப் படும்.**

நீதி முறை செய்து குடிமக்களைக் காப்பாற்றும் மன்னவன், மக்களைக் காக்கும் இறைவனாக கருதப்படுபவான்.

**389. செவிகைப்பச் சொற்பொறுக்கும் பண்புடை வேந்தன்
கவிகைக்கீழ்த் தங்கும் உலகு.**

குறைகூறுவோரின் சொற்களைக் செவிகைக்கும் நிலையிலும் பொறுக்கின்ற பண்பும் உடைய அரசனது குடைநிழலில் உலகம் தங்கும்.

**390. கொடைஅளி செங்கோல் குடிஓம்பல் நான்கும்
உடையான்ஆம் வேந்தர்க்கு ஒளி.**

கொடை, அருள், செங்கோல்முறை, தளர்ந்த குடிமக்களைக்காத்தல் ஆகிய நான்கும் உடைய அரசன், அரசர்க்கெல்லாம் விளக்குப் போன்றவன்.

40. கல்வி

391. கற்க கசடறக் கற்பவை கற்றபின்
நிற்க அதற்குத் தக.

கல்வி கற்க நல்ல நூல்களைக் குற்றமறக் கற்க வேண்டும், அவ்வாறு கற்ற பிறகு, கற்ற கல்விக்கு தக்கவாறு நெறியில் நிற்க வேண்டும்.

392. எண்என்ப ஏனை எழுத்துஎன்ப இவ்விரண்டும்
கண்என்ப வாழும் உயிர்க்கு.

எண் என்று சொல்லப்படுவன எழுத்து என்று சொல்லப்படுவன ஆகிய இரு வகைக் கலைகளையும் வாழும் மக்களுக்குக் கண்கள் என்று கூறுவர்.

393. கண்உடையர் என்பவர் கற்றோர் முகத்துஇரண்டு
புண்உடையர் கல்லா தவர்.

கண்ணுடையவர் என்று கூறப்படுபவர் கற்றவரே, கல்லாதவர் முகத்தில் இரண்டு புண் உடையவர் ஆவார்.

394. உவப்பத் தலைக்கூடி உள்ளப் பிரிதல்
அனைத்தே புலவர் தொழில்.

மகிழும்படியாகக் கூடிப்பழகி (இனி இவரை எப்போது காண்போம் என்று) வருந்தி நினைக்கும் படியாகப் பிரிதல் புலவரின் தொழிலாகும்.

395. உடையார்முன் இல்லார்போல் ஏக்கற்றும் கற்றார்
கடையரே கல்லா தவர்.

செல்வர் முன் வறியவர் நிற்பதுபோல் (கற்றவர்முன்) ஏங்கித் தாழ்ந்து நின்றும் கல்வி கற்றவரே உயர்ந்தவர், கல்லாதவர் இழிந்தவர்.

396. தொட்டனைத்து ஊறும் மணற்கேணி மாந்தர்க்குக்
கற்றனைத்து ஊறும் அறிவு.

மணலில் உள்ள கேணியில் தோண்டிய அளவிற்கு நீர் ஊறும், அதுபோல் மக்கள் கற்ற கல்வியின் அளவிற்கு அறிவு ஊறும்.

397. யாதானும் நாடாமால் ஊராமால் என்ஒருவன்
சாந்துணையும் கல்லாத வாறு.

கற்றவனுக்கு தன் நாடும் ஊரும்போல வேறு எதுவாயினும் நாடாகும், ஊராகும் ஆகையால் ஒருவன் சாகும் வரையில் கல்லாமல் காலங்கழிப்பது ஏன்?

398. ஒருமைக்கண் தான்கற்ற கல்வி ஒருவற்கு
எழுமையும் ஏமாப்பு உடைத்து.

ஒரு பிறப்பில் தான் கற்ற கல்வியானது அப்பிறப்பிற்கு மட்டும் அல்லாமல் அவனுக்கு ஏழுப்பிறப்பிலும் உதவும் தன்மை உடையது.

399. தாம்இன் புறுவது உலகுஇன் புறக்கண்டு
காமுறுவர் கற்றறிந் தார்.

தாம் இன்புறுவதற்குக் காரணமான கல்வியால் உலகமும் இன்புறுவதைக் கண்டு, கற்றறிந்த அறிஞர் மேன்மேலும் (அக் கல்வியையே) விரும்புவர்.

400. கேடுஇல் விழுச்செல்வம் கல்வி ஒருவற்கு;
மாடுஅல்ல மற்றை யவை.

ஒருவனுக்கு அழிவு இல்லாத சிறந்த செல்வம் கல்வியே ஆகும், கல்வியைத் தவிர மற்ற பொருள்கள் (அத்தகைய சிறப்புடைய) செல்வம் அல்ல.

41. கல்லாமை

401. அரங்குஇன்றி வட்டுஆடி யற்றே நிரம்பிய
நூல்இன்றிக் கோட்டி கொளல்.

அறிவு நிரம்புவதற்குக் காரணமான நூல்களைக் கற்காமல் கற்றவரிடம் சென்று பேசுதல், சூதாடும் அரங்கு இழைக்காமல் வட்டுக்காயை உருட்டி ஆடினார் போன்றது.

402. கல்லாதான் சொற்கா முறுதல் முலைஇரண்டும்
இல்லாதாள் பெண்காமுற் றற்று.

(கற்றவரின் அவையில்) கல்லாதவன் ஒன்றைச் சொல்ல விரும்புதல், முலை இரண்டும் இல்லாதவள் பெண் தன்மையை விரும்பினாற்போன்றது.

403. கல்லா தவரும் நனிநல்லர் கற்றார்முன்
சொல்லாது இருக்கப் பெறின்.

கற்றவரின் முன்னிலையில் ஒன்றையும் சொல்லாமல் அமைதியாக இருக்கப் பெற்றால் கல்லாதவர்களும் மிகவும் நல்லவரே ஆவர்.

404. கல்லாதான் ஒட்பம் கழியநன்று ஆயினும்
கொள்ளார் அறிவுஉடை யார்.

கல்லாதவனுடைய அறிவு ஒருக்கால் மிக நன்றாக இருந்தாலும் அறிவுடையோர் அதனை அறிவின் பகுதியாக ஏற்றுக்கொள்ளமாட்டார்.

405. கல்லா ஒருவன் தகைமை தலைப்பெய்து
சொல்லாடச் சோர்வு படும்.

கல்லாதவன் ஒருவன் தன்னைத்தான் மகிழ்ந்து பேசும் மதிப்பு (கற்றவரிடம்) கூடிப்பேசும்போது அப்பேசினால் கெடும்.

406. உளர்என்னும் மாத்திரையர் அல்லால் பயவாக்
களர்அனையர் கல்லா தவர்.

கல்லாதவர் உயிரோடிருக்கின்றனர் என்று சொல்லப்படும் அளவினரே
அல்லாமல் ஒன்றும் விளையாத களர் நிலத்திற்கு ஒப்பாவர்.

407. நுண்மாண் நுழைபுலம் இல்லான் எழில்நலம்
மண்மாண் புனைபாவை யற்று.

நுட்பமானதாய் மாட்சியுடையதாய் ஆராயவல்லவான அறிவு
இல்லாதவனுடைய எழுச்சியான அழகு மண்ணால் சிறப்பாகப்
புனையப்பட்ட பாவை போன்றது.

408. நல்லார்கண் பட்ட வறுமையின் இன்னாதே
கல்லார்கண் பட்ட திரு.

கல்லாதவனிடம் சேர்ந்துள்ள செல்வமானது, கற்றறிந்த நல்லவரிடம்
உள்ள வறுமையைவிட மிகத்துன்பம் செய்வதாகும்.

409. மேல்பிறந்தார் ஆயினும் கல்லாதார் கீழ்ப்பிறந்தும்
கற்றார் அனைத்திலர் பாடு.

கல்லாதவர் உயர்ந்த குடியில் பிறந்தவராக இருப்பினும் தாழ்ந்த
குடியில் பிறந்திருந்தும் கல்வி கற்றவரைப் போன்ற பெருமை
இல்லாதவரே.

410. விலங்கொடு மக்கள் அனையர் இலங்குநூல்
கற்றாரோடு ஏனை யவர்.

அறிவு விளங்குதற்குக் காரணமான நூல்களைக் கற்றவரோடுக்
கல்லாதவர், மக்களோடு விலங்குகளுக்கு உள்ள அளவு வேற்றுமை
உடையவர்.

42. கேள்வி

**411. செல்வத்துள் செல்வம் செவிச்செல்வம் அச்செல்வம்
செல்வத்துள் எல்லாம் தலை.**

செவியால் கேட்டறியும் செல்வம், செல்வங்களுள் ஒன்றாகப் போற்றப்படும் செல்வமாகும், அச்செல்வம் செல்வங்கள் எல்லாவற்றிலும் தலையானதாகும்.

**412. செவிக்குணவு இல்லாத போழ்து சிறிது
வயிற்றுக்கும் ஈயப் படும்.**

செவிக்கு கேள்வியாகிய உணவு இல்லாதபோது (அதற்கு துணையாக உடலை ஒப்புமாறு) வயிற்றுக்கும் சிறிது உணவு தரப்படும்.

**413. செவிஉணவிற் கேள்வி யுடையார் அவிஉணவின்
ஆன்றாரோடு ஒப்பர் நிலத்து.**

செவியுணவாகிய கேள்வி உடையவர் நிலத்தில் வாழ்கின்றவரே ஆயினும் அவி உணவைக் கொள்ளும் தேவரோடு ஒப்பாவார்.

**414. கற்றிலன் ஆயினும் கேட்க அஃதொருவற்கு
ஒற்கத்தின் ஊற்றாம் துணை.**

நூல்களைக் கற்றவில்லையாயினும், கற்றறிந்தவர்களிடம் கேட்டறிய வேண்டும், அது ஒருவனுக்கு வாழ்க்கையில் தளர்ச்சி வந்தபோது ஊன்றுகோல்போல் துணையாகும்.

**415. இழுக்கல் உடையுழி ஊற்றுக்கோல் அற்றே
ஒழுக்கம் உடையார்வாய்ச் சொல்.**

ஒழுக்கமுடைய சான்றோரின் வாய்ச் சொற்கள், வழுக்கல் உடைய சேற்று நிலத்தில் ஊன்றுகோல்போல் வாழ்க்கையில் உதவும்.

**416. எனைத்தானும் நல்லவை கேட்க அனைத்தானும்
ஆன்ற பெருமை தரும்.**

எவ்வளவு சிறிதே ஆயினும் நல்லவற்றைக் கேட்டறிய வேண்டும், கேட்ட அந்த அளவிற்கு அவை நிறைந்த பெருமையைத் தரும்.

**417. பிழைத்துஉணர்ந்தும் பேதைமை சொல்லார் இழைத்துணர்ந்து
ஈண்டிய கேள்வி யவர்.**

நுட்பமாக உணர்ந்து நிறைந்த கேள்வியறிவை உடையவர், (ஒரு கால் பொருள்களைத்) தவறாக உணர்ந்திருந்தாலும் பேதைமையானவற்றைச் சொல்லார்.

**418. கேட்பினும் கேளாத் தகையவே கேள்வியால்
தோட்கப் படாத செவி.**

கேள்வியறிவால் துளைக்கப்படாத செவிகள், (இயற்கையான துளைகள் கொண்டு ஓசையைக்) கேட்டறிந்தாலும் கேளாத செவிட்டுத் தன்மை உடையனவே.

**419. நுணங்கிய கேள்வியர் அல்லார் வணங்கிய
வாயினர் ஆதல் அரிது.**

நுட்பமான பொருள்களைக் கேட்டறிந்தவர் அல்லாத மற்றவர், வணக்கமான சொற்களைப் பேசும் வாயினை உடையவராக முடியாது.

**420. செவியின் சுவையுணரா வாயுணர்வின் மாக்கள்
அவியினும் வாழினும் என்?**

செவியால் கேள்விச் சுவை உணராமல் வாயின் சுவையுணர்வு மட்டும் உடைய மக்கள், இறந்தாலும் என்ன? உயிரோடு வாழ்ந்தாலும் என்ன?

43. அறிவுடைமை

421. அறிவற்றம் காக்கும் கருவி செறுவார்க்கும்
உள்ளழிக்கல் ஆகா அரண்.

அறிவு அழிவு வராமல் காக்கும் கருவியாகும், அன்றியும் பகைகொண்டு எதிர்ப்பவர்க்கும் அழிக்க முடியாத உள்ளரணும் ஆகும்.

422. சென்ற இடத்தால் செலவிடா தீதுஒரீஇ
நன்றின்பால் உய்ப்பது அறிவு.

மனத்தை சென்ற இடத்தில் செல்லவிடாமல், தீமையானதிலிருந்து நீக்கிக் காத்து நன்மையானதில் செல்லவிடுவதே அறிவாகும்.

423. எப்பொருள் யார்யார்வாய்க் கேட்பினும் அப்பொருள்
மெய்ப்பொருள் காண்பது அறிவு.

எப்பொருளை யார் யார் இடம் கேட்டாலும் (கேட்டவாறே கொள்ளாமல்) அப் பொருளின் மெய்யான பொருளைக் காண்பதே அறிவாகும்.

424. எண்பொருள் வாகச் செலச்சொல்லித் தான்பிறர்வாய்
நுண்பொருள் காண்பது அறிவு.

தான் சொல்லுவன எளிய பொருளையுடையனவாகப் பதியுமாறு சொல்லி, தான் பிறரிடம் கேட்பவற்றின் நுட்பமான பொருளையும் ஆராய்ந்து காண்பது அறிவாகும்.

425. உலகம் தழீஇயது ஒட்பம்; மலர்தலும்
கூம்பலும் இல்லது அறிவு.

உலகத்து உயர்ந்தவரை நட்பாக்கிக் கொள்வது சிறந்த அறிவு, முன்னே மகிழ்ந்து விரிதலும் பின்னே வருந்திக் குவிதலும் இல்லாத அறிவு.

426. எவ்வது உறைவது உலகம் உலகத்தோடு
அவ்வது உறைவது அறிவு.

உலகம் எவ்வாறு நடைபெறுகின்றதோ, உலகத்தோடு பொருந்திய வகையில் தானும் அவ்வாறு நடப்பதே அறிவாகும்.

427. அறிவுடையார் ஆவது அறிவார் அறிவிலார்
அஃதுஅறி கல்லா தவர்.

அறிவுடையோர் எதிர்காலத்தில் நிகழப்போவதை முன்னே எண்ணி அறியவல்லார், அறிவில்லாதவர் அதனை அறிய முடியாதவர்.

428. அஞ்சுவது அஞ்சாமை பேதைமை அஞ்சுவது
அஞ்சல் அறிவார் தொழில்.

அஞ்சத்தக்கதைக் கண்டு அஞ்சாதிருப்பது அறியாமையாகும், அஞ்சத்தக்கதைக் கண்டுஅஞ்சுவதே அறிவுடையவரின் தொழிலாகும்.

429. எதிரதாக் காக்கும் அறிவினார்க்கு இல்லை
அதிர வருவதோர் நோய்.

வரப்போவதை முன்னே அறிந்து காத்துக்கொள்ளவல்ல அறிவுடையவர்க்கு, அவர் நடுங்கும்படியாக வரக்கூடிய துன்பம் ஒன்றும் இல்லை.

430. அறிவுடையார் எல்லாம் உடையார்; அறிவிலார்
என்னுடைய ரேனும் இலர்.

அறிவுடையவர் (வேறொன்றும் இல்லாதிருப்பினும்) எல்லாம் உடையவரே ஆவர், அறிவில்லாதவர் வேறு என்ன உடையவராக இருப்பினும் ஒன்றும் இல்லாதவரே ஆவர்.

44. குற்றங்கடிதல்

431. செருக்கும் சினமும் சிறுமையும் இல்லார்
பெருக்கம் பெருமித நீர்த்து.

செருக்கு சினம் காமம் ஆகிய இந்தக் குற்றங்கள் இல்லாதவனுடைய வாழ்வில் காணும் பெருக்கம் மேம்பாடு உடையதாகும்.

432. இவறலும் மாண்புஇறந்த மானமும் மாணா
உவகையும் ஏதம் இறைக்கு.

பொருள் கொடாத தன்மையும் மாட்சியில்லாத மானமும், தகுதியற்ற மகிழ்ச்சியும் தலைவனாக இருப்பவனுக்கு குற்றங்களாகும்.

433. தினைத்துணையாம் குற்றம் வரினும் பனைத்துணையாக்
கொள்வர் பழிநாணு வார்.

பழி நாணுகின்ற பெருமக்கள், தினையளவாகிய சிறு குற்றம் நேர்ந்தாலும் அதை பனையளவாகக் கருதிக் (குற்றம் செய்யாமல்) காத்துக் கொள்வர்.

434. குற்றமே காக்க பொருளாக; குற்றமே
அற்றம் தரூஉம் பகை.

குற்றமே ஒருவனுக்கு அழிவை உண்டாக்கும் பகையாகும், ஆகையால் குற்றம் செய்யாமல் இருப்பதே நோக்கமாகக்கொண்டு காத்துக்கொள்ள வேண்டும்.

435. வருமுன்னர்க் காவாதான் வாழ்க்கை எரிமுன்னர்
வைத்தூறு போலக் கெடும்.

குற்றம் நேர்வதற்கு முன்னமே வராமல் காத்துக் கொள்ளாதவனுடைய வாழ்க்கை, நெருப்பின் முன் நின்ற வைக்கோல் போர்போல் அழிந்துவிடும்.

436. **தன்குற்றம் நீக்கிப் பிறர்குற்றம் காண்கிற்பின்**
என்குற்ற மாகும் இறைக்கு?

தன் குற்றத்தை முன்னே கண்டு நீக்கி பிறகு பிறருடைய குற்றத்தை ஆராயவல்லவனானால், தலைவனுக்கு என்ன குற்றமாகும்.

437. **செயற்பால செய்யாது இவறியான் செல்வம்**
உயற்பாலது அன்றிக் கெடும்.

செய்யத்தக்க நன்மைகளைச் செய்யாமல் பொருளைச் சேர்த்து வைத்திருப்பவனுடைய செல்வம், உய்யுந் தன்மை இல்லாமல் அழியும்.

438. **பற்றுள்ளம் என்னும் இவறன்மை எற்றுள்ளும்**
எண்ணப் படுவதொன்று அன்று.

பொருளினிடத்தில் பற்று கொள்ளும் உள்ளமாகிய ஈயாத்தன்மை, குற்றம் எதனோடும் சேர்ந்து எண்ணத்தகாத ஒரு தனிக் குற்றமாகும்.

439. **வியவற்க எஞ்ஞான்றும் தன்னை, நயவற்க**
நன்றி பயவா வினை.

எக்காலத்திலும் தன்னை மிக உயர்வாக எண்ணி வியந்து மதிக்கக்கூடாது, நன்மை தராத செயலை விரும்பவும் கூடாது.

440. **காதல காதல் அறியாமை உய்க்கிற்பின்**
ஏதில ஏதிலார் நூல்.

தன் விருப்பம் பிறருக்கு தெரியாதபடி விருப்பமானவற்றை நுகர வல்லவனானால், பகைவர் தன்னை வஞ்சிப்பதற்காகச் செய்யும் சூழ்ச்சிகள் பலிக்காமல் போகும்.

45. பெரியாரைத் துணைக்கோடல்

441. அறன்அறிந்து மூத்த அறிவுடையார் கேண்மை
திறன்அறிந்து தேர்ந்து கொளல்.

அறம் உணர்ந்தவராய்த் தன்னைவிட மூத்தவராய் உள்ள அறிவுடையவரின் நட்பை, கொள்ளும் வகை அறிந்து ஆராய்ந்து கொள்ள வேண்டும்.

442. உற்றநோய் நீக்கி உறாஅமை முன்காக்கும்
பெற்றியார்ப் பேணிக் கொளல்.

வந்துள்ள துன்பத்தை நீக்கி, இனித் துன்பம் வராதபடி முன்னதாகவே காக்கவல்ல தன்மை யுடையவரைப் போற்றி நட்புக்கொள்ள வேண்டும்.

443. அரியவற்றுள் எல்லாம் அரிதே பெரியாரைப்
பேணித் தமராக் கொளல்.

பெரியாரைப் போற்றி தமக்குச் சுற்றத்தாராக்கிக்கொள்ளுதல், பெறத்தக்க அரிய பேறுகள் எல்லாவற்றிலும் அருமையானதாகும்.

444. தம்மின் பெரியார் தமரா ஒழுகுதல்
வன்மையுள் எல்லாம் தலை.

தம்மைவிட (அறிவு முதலியவற்றால்) பெரியவர் தமக்குச் சுற்றத்தாராகுமாறு நடத்தல், வல்லமை எல்லாவற்றிலும் சிறந்ததாகும்.

445. சூழ்வார்கண் ணாக ஒழுகலான் மன்னவன்
சூழ்வாரைச் சூழ்ந்து கொளல்.

தக்க வழிகளை ஆராய்ந்து கூறும் அறிஞரையே உலகம் கண்ணாகக்கொண்டு நடத்தலால், மன்னவனும் அத்தகையாரை ஆராய்ந்து நட்பு கொள்ள வேண்டும்.

446. தக்கார் இனத்தனாய்த் தான்ஒழுக வல்லானைச்
செற்றார் செயக்கிடந்தது இல்.

தக்க பெரியாரின் கூட்டத்தில் உள்ளனவாய் நடக்கவல்ல ஒருவனுக்கு, அவனுடைய பகைவர் செய்யக்கூடியத் தீங்கு ஒன்றும் இல்லை.

447. இடிக்கும் துணையாரை ஆள்வாரை யாரே
கெடுக்கும் தகைமை யவர்?

கடிந்து அறிவுரை கூறவல்ல பெரியாரின் துணை கொண்டு நடப்பவரை கெடுக்கும் ஆற்றல் உள்ளவர் எவர் இருக்கின்றனர்?

448. இடிப்பாரை இல்லாத ஏமரா மன்னன்
கெடுப்பார் இலானுங் கெடும்.

கடிந்து அறிவுரை கூறும் பெரியாரின் துணை இல்லாத அரசன், தன்னைக் கெடுக்கும் பகைவர் எவரும் இல்லாவிட்டாலும் கெடுவான்.

449. முதல்இலார்க்கு ஊதியம் இல்லை மதலையாம்
சார்புஇலார்க்கு இல்லை நிலை.

முதல் இல்லாத வணிகர்க்கு அதனால் வரும் ஊதியம் இல்லை, அதுபோல் தம்மைத் தாங்கிக் காப்பாற்றும் துணை இல்லாதவர்க்கு நிலைபேறு இல்லை.

450. பல்லார் பகைகொளலிற் பத்தடுத்த தீமைத்தே
நல்லார் தொடர்கை விடல்.

நல்லவராகிய பெரியாரின் தொடர்பைக் கைவிடுதல் பலருடைய பகையைத் தேடிக்கொள்வதைவிடப் பத்து மடங்கு தீமை உடையதாகும்.

46. சிற்றினஞ்சேராமை

451. சிற்றினம் அஞ்சும் பெருமை சிறுமைதான்
சுற்றமாச் சூழ்ந்து விடும்.

பெரியோரின் இயல்பு சிற்றினத்தை அஞ்சி ஒதுக்கும், சிறியோரின் இயல்பு அதையே சுற்றமாக எண்ணித் தழுவிக்கொள்ளும்.

452. நிலத்துஇயல்பால் நீர்திரிந்து அற்றாகும் மாந்தர்க்கு
இனத்துஇயல்பது ஆகும் அறிவு.

சேர்ந்த நிலத்தின் இயல்பால் அந்த நீர் வேறுபட்டு அந் நிலத்தின் தன்மையுடையதாகும், அதுபோல் மக்களுடைய அறிவு இனத்தின் இயல்பினை உடையதாகும்.

453. மனத்தான்ஆம் மாந்தர்க்கு உணர்ச்சி; இனத்தான்ஆம்
இன்னான் எனப்படும் சொல்.

மக்களுக்கு இயற்கையறிவு மனத்தால் ஏற்படும், இப்படிப்பட்டவன் என்று உலகத்தாரால் மதிக்கப்படும் சொல், சேர்ந்த இனத்தால் ஏற்படும்.

454. மனத்து உளதுபோலக் காட்டி ஒருவற்கு
இனத்துஉள தாகும் அறிவு.

ஒருவனுக்கு சிறப்பறிவு மனத்தில் உள்ளதுபோலக் காட்டி (உண்மையாக நேக்கும்போது) அவன் சேர்ந்த இனத்தில் உள்ளதாகும்.

455. மனம்தூய்மை செய்வினை தூய்மை இரண்டும்
இனம்தூய்மை தூவா வரும்.

மனத்தின் தூய்மை செய்யும் செயலின் தூய்மை ஆகிய இவ்விரண்டும் சேர்ந்த இனத்தின் தூய்மையைப் பொறுத்தே ஏற்படும்.

**456. மனம்தூயார்க்கு எச்சம்நன் றாகும் இனம்தூயார்க்கு
இல்லைநன்று ஆகா வினை.**

மனம் தூய்மையாகப் பெற்றவர்க்கு, அவர்க்குப் பின் எஞ்சி நிற்கும் புகழ் முதலியவை நன்மையாகும், இனம் தூய்மையாக உள்ளவர்க்கு நன்மையாகாத செயல் இல்லை.

**457. மனநலம் மன்னுயிர்க்கு ஆக்கம் இனநலம்
எல்லாப் புகழுந் தரும்.**

மனதின் நன்மை உயிர்க்கு ஆக்கமாகும், இனத்தின் தன்மை (அவ்வளவோடு நிற்காமல்) எல்லாப் புகழையும் கொடுக்கும்.

**458. மனநலம் நன்குஉடைய ராயினும் சான்றோர்க்கு
இனநலம் ஏமாப்பு புடைத்து.**

மனதின் நன்மையை உறுதியாக உடையவராயினும் சான்றோர்க்கு இனத்தின் நன்மை மேலும் நல்ல காவலாக அமையும்.

**459. மனநலத்தின் ஆகும் மறுமைமற் றஃதும்
இனநலத்தின் ஏமாப் புடைத்து.**

மனத்தின் நன்மையால் மறுமை இன்பம் உண்டாகும், அதுவும் இனத்தின் நன்மையால் மேலும் சிறப்புடையதாகும்.

**460. நல்லினத்தின் ஊங்கும் துணையில்லை தீயினத்தின்
அல்லற் படுப்பதூஉம் இல்.**

நல்ல இனத்தைவிடச் சிறந்ததாகிய துணையும் உலகத்தில் இல்லை, தீய இனத்தைவிடத் துன்பப்படுத்தும் பகையும் இல்லை.

47. தெரிந்து செயல்வகை

461. அழிவதூஉம் ஆவதூஉம் ஆகி வழிபயக்கும்
ஊதியமும் சூழ்ந்து செயல்.

ஒரு செயலைத் தொடங்குமுன் அதனால் அழிவதையும் அழிந்த பின் ஆவதையும், பின்பு உண்டாகும் ஊதியத்தையும் ஆராய்ந்து செய்ய வேண்டும்.

462. தெரிந்த இனத்தொடு தேர்ந்துஎண்ணிச் செய்வார்க்கு
அரும்பொருள் யாதொன்றும் இல்.

ஆராய்ந்து சேர்ந்த இனத்துடன் (செயலைப்பற்றி) நன்றாகத் தேர்ந்து, தாமும் எண்ணிப்பார்த்துச் செய்கின்றவர்க்கு அறிய பொருள் ஒன்றும் இல்லை.

463. ஆக்கம் கருதி முதல்இழக்கும் செய்வினை
ஊக்கார் அறிவுடை யார்.

பின் விளையும் ஊதியத்தைக் கருதி இப்போது கையில் உள்ள முதலை இழந்துவிடக் காரணமாச் செயலை அறிவுடையோர் மேற்கொள்ளமாட்டார்.

464. தெளிவு இலதனைத் தொடங்கார் இளிவுஎன்னும்
ஏதப்பாடு அஞ்சு பவர்.

இழிவு தருவதாகிய குற்றத்திற்கு அஞ்சுகின்றவர் (இன்ன ஊதியம் பயக்கும் என்னும்) தெளிவு இல்லாத செயலைத் தொடங்கமாட்டார்.

465. வகையறச் சூழாது எழுதல் பகைவரைப்
பாத்திப் படுப்பதோர் ஆறு.

செயலின் வகைகளை எல்லாம் முற்ற எண்ணாமல் செய்யத் தொடங்குதல், பகைவரை வளரும் பாத்தியில் நிலைபெறச் செய்வதொரு வழியாகும்.

466. செய்தக்க அல்ல செயக்கெடும்; செய்தக்க
செய்யாமை யானும் கெடும்.

ஒருவன் செய்யத்தகாத செயல்களைச் செய்வதனால் கெடுவான், செய்யத்தக்க செயல்களை செய்யாமல் விடுவதனாலும் கெடுவான்.

467. எண்ணித் துணிக கருமம்; துணிந்தபின்
எண்ணுவம் என்பது இழுக்கு.

செய்யத் தகுந்தயும் செயலையும் வழிகளை எண்ணிய பிறகே துணிந்து தொடங்க வேண்டும், துணிந்த பின் எண்ணிப் பார்க்கலாம் என்பது குற்றமாகும்.

468. ஆற்றின் வருந்தா வருத்தம் பலர்நின்று
போற்றினும் பொத்துப் படும்.

தக்கவழியில் செய்யப்படாத முயற்சி பலர் துணையாக நின்று (அதை முடிக்குமாறு) காத்த போதிலும் குறையாகிவிடும்.

469. நன்றுஆற்ற லுள்ளும் தவறுஉண்டு அவரவர்
பண்பறிந்து ஆற்றாக் கடை.

அவரவருடைய இயல்புகளை அறிந்து அவரவருக்குப் பொருந்துமாறு செய்யாவிட்டால், நன்மை செய்வதிலும் தவறு உண்டாகும்.

470. எள்ளாத எண்ணிச் செயல்வேண்டும் தம்மொடு
கொள்ளாத கொள்ளாது உலகு.

தம் நிலையோடு பொருந்தாதவற்றை உலகம் ஏற்றுக்கொள்ளாது, ஆகையால் உலகம் இகழ்ந்து தள்ளாத செயல்களை ஆராய்ந்து செய்யவேண்டும்.

48. வலியறிதல்

**471. வினைவலியும் தன்வலியும் மாற்றான் வலியும்
துணைவலியும் தூக்கிச் செயல்.**

செயலின் வலிமையும் தன் வலிமையும் பகைவனுடைய வலிமையும், இருவருக்கும் துணையானவரின் வலிமையும் ஆராய்ந்து செயல்பட வேண்டும்.

**472. ஒல்வது அறிவது அறிந்ததன் கண்தங்கிச்
செல்வார்க்குச் செல்லாதது இல்.**

தனக்குப் பொருந்தும் செயலையும் அதற்காக அறிய வேண்டியதையும் அறிந்து அதனிடம் நிலைத்து முயல்கின்றவர்க்கு முடியாதது ஒன்றும் இல்லை.

**473. உடைத்தம் வலிஅறியார் ஊக்கத்தின் ஊக்கி
இடைக்கண் முறிந்தார் பலர்.**

தன்னுடைய வலிமை இவ்வளவு என அறியாமல் ஊக்கத்தால் முனைந்து தொடங்கி இடையில் அதை முடிக்க வகையில்லாமல் அழிந்தவர் பலர்.

**474. அமைந்தாங்கு ஒழுகான் அளவுஅறியான் தன்னை
வியந்தான் விரைந்து கெடும்.**

மற்றவர்களோடு ஒத்து நடக்காமல், தன் வலிமையின் அளவையும் அறியாமல், தன்னை வியந்து மதித்துக்கொண்டிருப்பவன் விரைவில் கெடுவான்.

**475. பீலிபெய் சாகாடும் அச்சுஇறும் அப்பண்டம்
சால மிகுத்துப் பெயின்.**

மயிலிறகு ஏற்றிய வண்டியே ஆனாலும், அந்த பண்டமும் (அளவோடு ஏற்றாமல்) அளவு கடந்து மிகுதியாக ஏற்றினால் அச்சு முறியும்.

476. நுனிக்கொம்பர் ஏறினார் அஃதுஇறந்து ஊக்கின்
உயிர்க்குஇறுதி யாகி விடும்.

ஒரு மரத்தின் நுனிக்கொம்பில் ஏறியவர், அதையும் கடந்து மேலே ஏற முனைந்தால், அவருடைய உயிர்க்கு முடிவாக நேர்ந்துவிடும்.

477. ஆற்றின் அளவறிந்து ஈக அதுபொருள்
போற்றி வழங்கும் நெறி.

தக்க வழியில் பிறர்க்கு கொடுக்கும் அளவு அறிந்து வாழாதவனுடைய வாழ்க்கை (பல வளமும்) இருப்பதுபோல் தோன்றி இல்லாமல் மறைந்துவிடும்.

478. ஆகுஆறு அளவுஇட்டிது ஆயினும் கேடுஇல்லை
போகுஆறு அகலாக் கடை.

பொருள் வரும் வழி (வருவாய்) சிறிதாக இருந்தாலும், போகும் வழி (செலவு) விரிவுபடாவிட்டால் அதனால் தீங்கு இல்லை.

479. அளவுஅறிந்து வாழாதான் வாழ்க்கை உளபோல
இல்லாகித் தோன்றாக் கெடும்.

பொருளின் அளவு அறிந்து வாழாதவனுடைய வாழ்க்கை (பல வளமும்) இருப்பதுபோல் தோன்றி இல்லாமல் மறைந்து கெட்டுவிடும்.

480. உளவரை தூக்காத ஒப்புரவு ஆண்மை
வளவரை வல்லைக் கெடும்.

தனக்கு பொருள் உள்ள அளவை ஆராயாமல் மேற்கொள்ளும் ஒப்புரவினால், ஒருவனுடைய செல்வத்தின் அளவு விரைவில் கெடும்.

49. காலம் அறிதல்

481. பகல்வெல்லும் கூகையைக் காக்கை; இகல்வெல்லும்
வேந்தர்க்கு வேண்டும் பொழுது.

காக்கை தன்னைவிட வலிய கோட்டானைப் பகலில் வென்றுவிடும், அதுபோல் பகையை வெல்லக் கருதும் அரசர்க்கும் அதற்கு ஏற்ற காலம் வேண்டும்.

482. பருவத்தோடு ஒட்ட ஒழுகல்; திருவினைத்
தீராமை ஆர்க்கும் கயிறு.

காலத்தோடு பொருந்துமாறு ஆராய்ந்து நடத்தல் (நில்லாத இயல்பு உடைய) செல்வத்தை நீங்காமல் நிற்குமாறு கட்டும் கயிறாகும்.

483. அருவினை என்ப உளவோ கருவியான்
காலம் அறிந்து செயின்?

(செய்யும் செயலை முடிப்பதற்கு வேண்டிய) கருவிகளுடன் ஏற்ற காலத்தையும் அறிந்து செய்தால் அரிய செயல்கள் என்பது உண்டோ.

484. ஞாலம் கருதினும் கைகூடும், காலம்
கருதி இடத்தால் செயின்.

செயலை முடிப்பதற்கு ஏற்ற காலத்தை அறிந்து இடத்தோடு பொருந்துமாறு செய்தால், உலகமே வேண்டும் எனக் கருதினாலும் கைகூடும்.

485. காலம் கருதி இருப்பர், கலங்காது
ஞாலம் கருது பவர்.

உலகத்தைக் கொள்ளக் கருதுகின்றவர் அதைப்பற்றி எண்ணிக் கலங்காமல் அதற்கு ஏற்ற காலத்தைக் கருதிக்கொண்டு பொறுத்திருப்பர்.

486. ஊக்கம் உடையான் ஒடுக்கம் பொருதகர்
தாக்கற்குப் பேரும் தகைத்து.

ஊக்கம் மிகுந்தவன் (காலத்தை எதிர்பார்த்து) அடங்கியிருத்தல் போர் செய்யும் ஆட்டுக்கடா தன் பகையைத் தாக்குவதற்காகப் பின்னே கால் வாங்குதலைப் போன்றது.

487.பொள்ளென ஆங்கே புறம்வேரார், காலம்பார்த்து
உள்வேர்ப்பர் ஒள்ளி யவர்.

அறிவுடையவர் (பகைவர் தீங்கு செய்த) அப்பொழுதே உடனே புறத்தில் சினம் கொள்ளமாட்டார், (வெல்வதற்கு ஏற்ற) காலம் பார்த்து அகத்தில் சினம் கொள்வார்.

488.செறுநரைக் காணின் சுமக்க; இறுவரை
காணின் கிழக்காம் தலை.

பகைவரைக் கண்டால் பொறுத்துச் செல்ல வேண்டும், அப்பகைவர்க்கு முடிவுகாலம் வந்தபோது அவருடைய தலை கீழே விழும்.

489.எய்தற்கு அரியது இயைந்தக்கால் அந்நிலையே
செய்தற்கு அரிய செயல்.

கிடைத்தற்கறிய காலம் வந்து வாய்க்குமானால், அந்த வாய்ப்பைப் பயன்படுத்திக்கொண்டு அப்போதே செய்தற்கரிய செயல்களைச் செய்ய வேண்டும்.

490. கொக்குஒக்க கூம்பும் பருவத்து; மற்றுஅதன்
குத்துஒக்க சீர்த்த இடத்து.

கொக்குபோல் அமைதியாக பொறுத்திருக்க வேண்டும், காலம் வாய்த்தபோது அதன் குத்துபோல் தவறாமல் செய்து முடிக்க வேண்டும்.

50. இடனறிதல்

491. தொடங்கற்க எவ்வினையும் எள்ளற்க முற்றும்
இடம்கண்ட பின்அல் லது.

முற்றுகை செய்வதற்கு ஏற்ற இடத்தைக் கண்டபின் அல்லாமல் எச் செயலையும் தொடங்கக்கூடாது, பகைவரை இகழவும் கூடாது.

492. முரண்சேர்ந்த மொய்ம்பி னவர்க்கும் அரண்சேர்ந்துஆம்
ஆக்கம் பலவும் தரும்.

மாறுபாடு பொருந்திய வலிமை உடையவர்க்கும் அரணோடு பொருந்தி ஏற்படுகின்ற வெற்றியானது பல வகை பயன்களையும் கொடுக்கும்.

493. ஆற்றாரும் ஆற்றி அடுப, இடன்அறிந்து
போற்றார்கண் போற்றிச் செயின்.

தக்க இடத்தை அறிந்து தம்மைக் காத்துக்கொண்டு பகைவரிடத்திற் சென்று தம் செயலைச் செய்தால், வலிமை இல்லாதவறும் வலிமை உடையவராக வெல்வர்.

494. எண்ணியார் எண்ணம் இழப்பர் இடன்அறிந்து
துன்னியார் துன்னிச் செயின்.

தக்க இடத்தை அறிந்து பொருந்தியவராய்ச் செயலைச் செய்வாராயின், அவரை வெல்ல எண்ணியிருந்த பகைவர் தம் எண்ணத்தை இழந்துவிடுவார்.

495. நெடும்புனலுள் வெல்லும் முதலை; அடும்புனலின்
நீங்கின் அதனைப் பிற.

ஆழமுள்ள நீரில் முதலை மற்ற உயிர்களை வெல்லும், ஆனால் நீரிலிருந்து விலகி வந்தால் அந்த முதலையையும் மற்ற உயிர்கள் வென்றுவிடும்.

496. கடல்ஓடா கால்வல் நெடுந்தேர் கடல்ஓடும்
நாவாயும் ஓடா நிலத்து.

வலிய சக்கரங்களையுடைய பெரிய தேர்கள் கடலில் ஓடமுடியாது, கடலில் ஓடுகின்ற கப்பல்களும் நிலத்தில் ஓடமுடியாது.

497. அஞ்சாமை அல்லால் துணைவேண்டா எஞ்சாமை
எண்ணி இடத்தால் செயின்.

செய்யும் வழிவகைகளை குறைவில்லாமல் எண்ணித் தக்க இடத்தில் பொருந்திச் செய்தால், அஞ்சாமை அல்லாமல் வேறு துணை வேண்டியதில்லை.

498. சிறுபடையான் செல்லிடம் சேரின் உறுபடையான்
ஊக்கம் அழிந்து விடும்.

சிறிய படை உடையவனுக்குத் தக்கதாக உள்ள இடத்தில் பொருந்தி நின்றால், பெரிய படை உடையவன் தன் ஊக்கம் அழிவான்.

499. சிறைநலனும் சீரும் இலர்எனினும் மாந்தர்
உறைநிலத்தோடு ஒட்டல் அரிது.

அரணாகிய நன்மையும் மற்ற சிறப்பும் இல்லாதவராயினும் பகைவர் வாழ்கின்ற இடத்திற்குச் சென்று அவரைத் தாக்குதல் அரிது.

500. கால்ஆழ் களரில் நரிஅடும் கண்அஞ்சா
வேலாள் முகத்த களிறு.

வேல் ஏந்திய வீரரைக் கோர்த்தெடுத்த கொம்பு உடைய யானையையும், கால் ஆழம் சேற்று நிலத்தில் அகப்பட்டபோது நரிகள் கொன்றுவிடும்.

51. தெரிந்து தெளிதல்

501. அறம்பொருள் இன்பம் உயிர்அச்சம் நான்கின்
திறம்தெரிந்து தேறப் படும்.

அறம், பொருள், இன்பம், உயிர்காக அஞ்சும் அச்சம் ஆகிய நான்கு வகையாலும் ஆராயப்பட்ட பிறகே ஒருவன் (ஒரு தொழிலுக்கு உரியவனாகத்) தெளியப்படுவான்.

502. குடிப்பிறந்து குற்றத்தின் நீங்கி வடுப்பரியும்
நாண்உடையான் கட்டே தெளிவு.

நல்ல குடியில் பிறந்து குற்றங்களிலிருந்து நீங்கிப் பழியாச் செயல்களைச் செய்ய அஞ்சுகின்ற நாணம் உடையவனையே நம்பித் தெளிய வேண்டும்.

503. அரியகற்று ஆசுஅற்றார் கண்ணும் தெரியுங்கால்
இன்மை அரிதே வெளிறு.

அரிய நூல்களைத் கற்றுத் தேர்ந்து குற்றம் அற்றவரிடத்திலும் ஆராய்ந்துப் பார்க்குமிடத்தில் அறியாமை இல்லாதிருப்பது அருமையாகும்.

504. குணநாடிக் குற்றமும் நாடி அவற்றுள்
மிகைநாடி மிக்க கொளல்.

ஒருவனுடைய குணங்களை ஆராய்ந்து, குற்றங்களையும் ஆராய்ந்து, மிகுதியானவை எவையென ஆராய்ந்து, மிகுந்திருப்பவற்றால் தெளிந்து கொள்ளவேண்டும்.

505. பெருமைக்கும் ஏனைச் சிறுமைக்கும் தம்தம்
கருமமே கட்டளைக் கல்.

மக்களுடைய குணங்களாலாகிய பெருமைக்கும் குற்றங்களாலாகிய சிறுமைக்கும் தேர்ந்தறியும் உரைகல்லாக இருப்பவை அவரவருடைய செயல்களே ஆகும்.

506. **அற்றாரைத் தேறுதல் ஓம்புக மற்றுஅவர்**
பற்றிலர் நாணார் பழி.

சுற்றத்தாரின் தொடர்பு அற்றவரை நம்பித் தெளியக்கூடாது, அவர் உலகத்தில் பற்று இல்லாதவராகையால் பழிக்கு நாணமாட்டார்.

507. **காதன்மை கந்தா அறிவுஅறியார்த் தேறுதல்**
பேதைமை எல்லாம் தரும்.

அறியவேண்டியவற்றை அறியாதிருப்பவரை அன்புடைமை காரணமாக நம்பித்தெளிதல், (தெளிந்தவர்க்கு) எல்லா அறியாமையும் கெடும்.

508. **தேரான் பிறனைத் தெளிந்தான் வழிமுறை**
தீரா இடும்பைத் தரும்.

மற்றவனை ஒன்றும் ஆராயாமல் தெளிந்தால் அஃது (அவனுக்கு மட்டும் அல்லாமல்) அவனுடைய வழிமுறையில் தோன்றினவருக்கும் துன்பத்தைக் கொடுக்கும்.

509. **தேறற்க யாரையும் தேராது தேர்ந்தபின்**
தேறுக தேறும் பொருள்.

யாரையும் ஆராயாமல் தெளியக்கூடாது, நன்றாக ஆராய்ந்த பின்னர் அவரிடம் தெளிவாகக் கொள்ளத்தக்க பொருள்களைத் தெளிந்து நம்ப வேண்டும்.

510. **தேரான் தெளிவும் தெளிந்தான்கண் ஐயுறவும்**
தீரா இடும்பை தரும்.

ஒருவனை ஆராயாமல் தெளிவடைதலும், ஆராய்ந்து தெளிவடைந்த ஒருவனிடம் ஐயப்படுதலும் ஆகிய இவை நீங்காதத் துன்பத்தைக் கொடுக்கும்.

52. தெரிந்து வினையாடல்

511. நன்மையும் தீமையும் நாடி நலம்புரிந்த
தன்மையான் ஆளப் படும்.

நன்மையும் தீமையும் ஆராய்ந்து நன்மை தருகின்றவற்றையே விரும்புகின்ற இயல்புடையவன் (செயலுக்கு உரியவனாக) ஆளப்படுவான்.

512. வாரி பெருக்கி வளம்படுத்து உற்றவை
ஆராய்வான் செய்க வினை.

பொருள் வரும் வழிகளைப் பெருக்கச் செய்து, அவற்றால் வளத்தை உண்டாக்கி, வரும் இடையூறுகளை ஆராய்ந்து நீக்கவல்லவனே செயல் செய்ய வேண்டும்.

513. அன்புஅறிவு தேற்றம் அவாஇன்மை இந்நான்கும்
நன்குடையான் கட்டே தெளிவு.

அன்பு, அறிவு, ஐயமில்லாமல் தெளியும் ஆற்றல், அவா இல்லாமை ஆகிய இந்நான்கு பண்புகளையும் நிலையாக உடையவனைத் தெளியலாம்.

514. எனைவகையான் தேறியக் கண்ணும் வினைவகையான்
வேறுஆகும் மாந்தர் பலர்.

எவ்வகையால் ஆராய்ந்து தெளிந்த பிறகும் (செயலை மேற்கொண்டு செய்யும்போது) அச்செயல் வகையால் வேறுபடும் மக்கள் உலகத்தில் பலர் உண்டு.

515. அறிந்துஆற்றிச் செய்கிற்பாற்கு அல்லால் வினைதான்
சிறந்தான்என்று ஏவற்பாற் றன்று.

செய்யும் வழிகளை அறிந்து இடையூறுகளைத் தாங்கிச் செய்து முடிக்கவல்லவனை அல்லாமல், மற்றவனைச் சிறந்தவன் என்று கருதி ஒரு செயலைச் செய்யுமாறு ஏவக்கூடாது.

516. செய்வானை நாடி வினைநாடிக் காலத்தோடு
எய்த உணர்ந்து செயல்.

செய்கின்றவனுடைய தன்மையை ஆராய்ந்து, செயலின் தன்மையையும் ஆராய்ந்து, தக்க காலத்தோடு பொறுந்துமாறு உணர்ந்து செய்விக்க வேண்டும்.

517. இதனை இதனால் இவன்முடிக்கும் என்றுஆய்ந்து
அதனை அவன்கண் விடல்.

இந்தச் செயலை இன்னவன் செய்து முடிப்பான் என்று ஆராய்ந்த பிறகே அத்தொழிலை அவனிடம் ஒப்படைக்க வேண்டும்.

518. வினைக்குஉரிமை நாடிய பின்றை அவனை
அதற்குஉரிய னாகச் செயல்.

ஒருவன் ஒரு தொழிலைச் செய்வதற்கு உரியவனாக இருப்பதை ஆராய்ந்த பிறகு அவனைத் அத்தொழிலுக்கு உரியவனாகும்படிச் செய்ய வேண்டும்.

519. வினைக்கண் வினையுடையான் கேண்மைவேறு ஆக
நினைப்பானை நீங்கும் திரு.

மேற்கொண்ட தொழிலில் எப்போதும் முயற்சி உடையவனின் உறவைத் தவறாக நினைக்கும் தலைவனை விட்டுச் செல்வம் நீங்கும்.

520. நாள்தோறும் நாடுக மன்னன், வினைசெய்வான்
கோடாமை கோடாது உலகு.

தொழில் செய்கின்றவன் கோணாதிருக்கும் வரையில் உலகம் கெடாது, ஆகையால் மன்னன் நாள்தோறும் அவனுடைய நிலைமையை ஆராய வேண்டும்.

53. சுற்றந்தழால்

521. பற்றற்ற கண்ணும் பழைமைபா ராட்டுதல்
சுற்றத்தார் கண்ணே உள.

ஒருவன் வறியவனான காலத்திலும் அவனுக்கும் தமக்கும் இருந்த உறவைப் பாராட்டிப் பேசும் பண்புகள் சுற்றத்தாரிடம் உண்டு.

522. விருப்புஅறாச் சுற்றம் இயையின், அருப்புஅறா
ஆக்கம் பலவும் தரும்.

அன்பு நீங்காத சுற்றம் ஒருவனுக்குக் கிடைத்தால், அது மேன்மேலும் வளர்ச்சி குறையாத ஆக்கம் பலவற்றையும் அவனுக்குக் கொடுக்கும்.

523. அளவளாவு இல்லாதான் வாழ்க்கை குளவளாக்
கோடுஇன்றி நீர்நிறைந் தற்று.

சுற்றத்தாரோடு மனம் கலந்து பழகும் தன்மை இல்லாதவனுடைய வாழ்க்கை, குளப்பரப்பானது கரையில்லாமல் நீர் நிறைந்தாற் போன்றது.

524. சுற்றத்தால் சுற்றப் படஒழுகல் செல்வம்தான்
பெற்றத்தால் பெற்ற பயன்.

தக்கவழியில் செய்யப்படாத முயற்சி பலர் துணையாக நின்று (அதை முடிக்குமாறு) காத்த போதிலும் குறையாகிவிடும்.

525. கொடுத்தலும் இன்சொலும் ஆற்றின் அடுக்கிய
சுற்றத்தால் சுற்றப் படும்.

பொருள் கொடுத்தலும் இன்சொல் கூறுதலுமாகிய இரண்டும் செய்யவல்லவனானால் ஒருவன் தொடர்ந்து பல சுற்றத்தால் சூழப்படுவான்.

**526. பெரும்கொடையான் பேணான் வெகுளி அவனின்
மருங்குஉடையார் மாநிலத்து இல்.**

பெரிய கொடையாளியாகவும் சினமற்றவனாகவும் ஒருவன் இருந்தால் அவனைப்போல் சுற்றத்தாரை உடையவர் உலகத்தில் யாரும் இல்லை.

**527. காக்கை கரவா கரைந்துஉண்ணும்; ஆக்கமும்
அன்னநீ ரார்க்கே உள.**

காக்கை தனக்கு கிடைத்ததை மறைத்து வைக்காமல் சுற்றத்தைக் கூவி அழைத்து உண்ணும். ஆக்கமும் அத்தகைய இயல்பு உடையவர்க்கே உண்டு.

**528. பொதுநோக்கான் வேந்தன் வரிசையா நோக்கின்
அதுநோக்கி வாழ்வார் பலர்.**

அரசன் எல்லாரையும் பொதுவகையாக நோக்காமல், அவரவர் சிறப்புக்கு ஏற்றவாறு நோக்கினால், அதை விரும்பி சுற்றமாக வாழ்கின்றவர் பலர் ஆவர்.

**529. தமராகித் தன்துறந்தார் சுற்றம் அமராமைக்
காரணம் இன்றி வரும்.**

முன் சுற்றத்தாறாக இருந்து பின் ஒரு காரணத்தால் பிரிந்தவரின் உறவு, அவ்வாறு அவர் பொருந்தாமலிருந்த காரணம் நீங்கிய பின் தானே வந்து சேரும்.

**530. உழைப்பிரிந்து காரணத்தின் வந்தானை வேந்தன்
இழைத்துஇருந்து எண்ணிக் கொளல்.**

தன்னிடமிருந்து பிரிந்து சென்று பின் ஒரு காரணம் பற்றித் திரும்பிவந்தவனை, அரசன் அவன் நாடிய உதவியைச் செய்து ஆராய்ந்து உறவு கொள்ள வேண்டும்.

54. பொச்சாவாமை

531. இறந்த வெகுளியின் தீதே சிறந்த
உவகை மகிழ்ச்சியின் சோர்வு.

பெரிய உவகையால் மகிழ்ந்திருக்கும்போது மறதியால் வரும் சோர்வு, ஒருவனுக்கு வரம்பு கடந்த சினம் வருவதைவிடத் தீமையானதாகும்.

532. பொச்சாப்புக் கொல்லும் புகழை அறிவினை
நிச்ச நிரப்புக்கொன் றாங்கு.

நாள்தோறும்விடாமல் வரும் வறுமை அறிவைக் கொல்வது போல, ஒருவனுடைய புகழை அவனுடைய மறதி கொன்றுவிடும்.

533. பொச்சாப்பார்க்கு இல்லை புகழ்மை அதுஉலகத்து
எப்பால்நூ லோர்க்கும் துணிவு.

மறதியால் சோர்ந்து நடப்பவர்க்குப் புகழுடன் வாழும் தன்மையில்லை, அஃது உலகத்தில் எப்படிப்பட்ட நூலோர்க்கும் ஒப்ப முடிந்த முடிப்பாகும்.

534. அச்ச முடையார்க்கு அரண்இல்லை ஆங்கில்லை
பொச்சாப்பு உடையார்க்கு நன்கு.

உள்ளத்தில் அச்சம் உடையவர்க்குப் புறத்திலே அரண் இருந்து பயன் இல்லை, அதுபோல் மறதி உடையவர்க்கு நல்ல நிலை வாய்த்தும் பயன் இல்லை.

535. முன்னுறக் காவாது இழுக்கியான் தன்பிழை
பின்ஊறு இரங்கி விடும்.

வரும் இடையூறுகளை முன்னே அறிந்துக் காக்காமல் மறந்து சோர்ந்தவன், பின்பு அவை வந்துற்றபோது தன் பிழையை நினைத்து இரங்குவான்.

536. இழுக்காமை யார்மாட்டும் என்றும் வழுக்காமை
வாயின் அதுஒப்பது இல்.

யாரிடத்திலும் எக்காலத்திலும் மறந்தும் சோர்ந்திருக்காத தன்மை தவறாமல் பொருந்தியிருக்குமானால், அதற்கு ஒப்பான நன்மை வேறொன்றும் இல்லை.

537. அரியஎன்று ஆகாத இல்லைபொச் சாவாக்
கருவியால் போற்றிச் செயின்.

மறவாமை என்னும் கருவிகொண்டு (கடமைகளைப்) போற்றிச் செய்தால், செய்வதற்கு அரியவை என்று ஒருவனால் முடியாத செயல்கள் இல்லை.

538. புகழ்ந்தவை போற்றிச் செயல்வேண்டும் செய்யாது
இகழ்ந்தார்க்கு எழுமையும் இல்.

சான்றோர் புகழ்ந்து சொல்லிய செயல்களைப் போற்றிச் செய்யவேண்டும், அவ்வாறு செய்யாமல் மறந்து சோர்ந்தவர்க்கு ஏழு பிறப்பிலும் நன்மை இல்லை.

539. இகழ்ச்சியின் கெட்டாரை உள்ளுக தாம்தம்
மகிழ்ச்சியின் மைந்துறும் போழ்து.

தாம் தம் மகிழ்ச்சியால் செருக்குக்கொண்டு கடமையை மறந்திருக்கும்போது, அவ்வாறு சோர்ந்திருந்த காரணத்தால் முற்காலத்தில் அழிந்தவரை நினைக்க வேண்டும்.

540. உள்ளிய எய்தல் எளிதுமன் மற்றும்தான்
உள்ளியது உள்ளப் பெறின்.

ஒருவன் எண்ணியதைவிடாமல் எண்ணி (சோர்வில்லாமல்) இருக்கப் பெற்றால், அவன் கருதியதை அடைதல் எளிதாகும்.

55. செங்கோன்மை

**541. ஓர்ந்துகண் ணோடாது இறைபுரிந்து யார்மாட்டும்
தேர்ந்துசெய் வஃதே முறை.**

யாரிடத்திலும் (குற்றம் இன்னதென்று) ஆராய்ந்து, கண்ணோட்டம் செய்யாமல் நடுவு நிலைமைப் பொருந்தி (செய்யத்தக்கதை) ஆராய்ந்து செய்வதே நீதி முறையாகும்.

**542. வான்நோக்கி வாழும் உலகெல்லாம் மன்னவன்
கோல்நோக்கி வாழும் குடி.**

உலகத்தில் உள்ள உயிர்கள் எல்லாம் மழையை நம்பி வாழ்கின்றன, அதுபோல் குடிமக்கள் எல்லாம் அரசனுடைய செங்கோலை நோக்கி வாழ்கின்றனர்.

**543. அந்தணர் நூற்கும் அறத்திற்கும் ஆதியாய்
நின்றது மன்னவன் கோல்.**

அந்தணர் போற்றும் மறைநூலுக்கும் அறத்திற்கும் அடிப்படையாய் நின்று உலகத்தைக் காப்பது அரசனுடைய செங்கோலாகும்.

**544. குடிதழீஇக் கோல்ஓச்சும் மாநில மன்னன்
அடிதழீஇ நிற்கும் உலகு.**

குடிகளை அன்போடு அணைத்துக்கொண்டு செங்கோல் செலுத்துகின்ற அரசனுடைய அடியைப்பொருந்தி உலகம் நிலை பெறும்.

**545. இயல்புளிக் கோல்ஓச்சும் மன்னவன் நாட்ட
பெயலும் விளையுளும் தொக்கு.**

நீதி முறைப்படி செங்கோல் செலுத்தும் அரசனுடைய நாட்டில் பருவ மழையும் நிறைந்த விளைவும் ஒருசேர ஏற்படுவனவாகும்.

**546. வேல்அன்று வென்றி தருவது; மன்னவன்
கோல்அதூஉம் கோடாது எனின்.**

ஒருவனுக்கு வெற்றி பெற்றுத் தருவது வேல் அன்று, அரசனுடைய செங்கோலே ஆகும், அச்செங்கோலும் கோணாதிருக்குமாயின்.

**547. இறைகாக்கும் வையகம் எல்லாம் அவனை
முறைகாக்கும் முட்டாச் செயின்.**

உலகத்தை எல்லாம் அரசன் காப்பாற்றுவான், நீதிமுறை கெடாதவாறு ஆட்சி செய்வானாயின் அரசனை அந்த முறையே காப்பாற்றும்.

**548. எண்பதத்தான் ஓரா முறைசெய்யா மன்னவன்
தண்பதத்தான் தானே கெடும்.**

எளிய செவ்வி உடையவனாய் ஆராய்ந்து நீதி முறை செய்யாத அரசன், தாழ்ந்த நிலையில் நின்று (பகைவரில்லாமலும்) தானே கெடுவான்.

**549. குடிபுறங் காத்துஓம்பிக் குற்றம் கடிதல்
வடுஅன்று வேந்தன் தொழில்.**

குடிகளைப் பிறர் வருந்தாமல் காத்து, தானும் வருந்தாமல் காப்பாற்றி, அவர்களுடைய குற்றங்களைத் தக்க தண்டனையால் ஒழித்தல், அரசனுடைய தொழில் பழி அன்று.

**550. கொலையிற் கொடியாரை வேந்துஒறுத்தல், பைங்கூழ்
களைகட் டதனொடு நேர்.**

கொடியவர் சிலரைக் கொலைத்தண்டனையால் அரசன் ஒறுத்தல் பயிரைக் காப்பாற்றக் களையைச் களைவதற்கு நிகரான செயலாகும்.

56. கொடுங்கோன்மை

551. கொலைமேற்கொண் டாரிற் கொடிதே அலைமேற்கொண்டு
அல்லவை செய்துஒழுகும் வேந்து.

குடிகளை வருத்தும் தொழிலை மேற்கொண்டு, முறையற்ற செயல்களைச் செய்து நடக்கும் அரசன் கொலைத் தொழிலைக் கொண்டவரைவிடக் கொடியவன்.

552. வேலொடு நின்றான் இடுஎன் றதுபோலும்
கோலொடு நின்றான் இரவு.

ஆட்சிக்குரிய கோலை ஏந்தி நின்ற அரசன் குடிகளைப் பொருள் கேட்டல், போகும் வழியில் கள்வன் கொடு என்று கேட்பதைப் போன்றது.

553. நாள்தொறும் நாடி முறைசெய்யா மன்னவன்
நாள்தொறும் நாடு கெடும்.

நாள்தோறும் தன் ஆட்சியில் நன்மை தீமைகளை ஆராய்ந்து முறைசெய்யாத அரசன், நாள்தோறும் (மெல்ல மெல்லத்) தன் நாட்டை இழந்து வருவான்.

554. கூழும் குடியும் ஒருங்குஇழக்கும் கோல்கோடிச்
சூழாது செய்யும் அரசு.

(ஆட்சிமுறை கெட்டுக்) கொடுங்கோலனாகி ஆராயாமல் எதையும் செய்யும் அரசன், பொருளையும் குடிகளையும் ஒரு சேர இழந்து விடுவான்.

555. அல்லற்பட்டு ஆற்றாது அழுதகண் ணீர்அன்றே
செல்வத்தைத் தேய்க்கும் படை.

(முறை செய்யாதவனுடைய) செல்வத்தைத் தேய்த்து அழிக்கவல்ல படை அவனால் பலர் துன்பப்பட்டுத் துன்பம் பொறுக்க முடியாமல் அழுத கண்ணீர் அன்றோ.

திருக்குறள் / II. பொருட்பால் / 1. அரசியல்

556. மன்னர்க்கு மன்னுதல் செங்கோன்மை அஃதுஇன்றேல்
மன்னாவாம் மன்னர்க்கு ஒளி.

அரசர்க்கு புகழ் நிலைபெறக் காரணம் செங்கோல் முறையாகும், அஃது இல்லையானால் அரசர்க்கு புகழ் நிலைபெறாமல் போகும்.

557. துளியின்மை ஞாலத்திற்கு எற்றுஅற்றே வேந்தன்
அளியின்மை வாழும் உயிர்க்கு.

மழைத்துளி இல்லாதிருத்தல் உலகத்திற்கு எத்தன்மையானதோ, அத்தன்மையானது நாட்டில் வாழும் குடிமக்களுக்கு அரசனின் அருள் இல்லாத ஆட்சி.

558. இன்மையின் இன்னாது உடைமை முறைசெய்யா
மன்னவன் கோல்கீழ்ப் படின்.

முறை செய்யாத அரசனுடைய கொடுங்கோல் ஆட்சியின்கீழ் இருக்கப்பெற்றால், பொருள் இல்லாத வறுமை நிலையைவிடச் செல்வநிலை துன்பமானதாகும்.

559. முறைகோடி மன்னவன் செய்யின் உறைகோடி
ஒல்லாது வானம் பெயல்.

அரசன் முறை தவறி நாட்டை ஆட்சி செய்வானானால், அந்த நாட்டில் பருவமழை தவறி மேகம் மழை பெய்யாமல் போகும்.

560. ஆபயன் குன்றும் அறுதொழிலோர் நூல்மறப்பர்
காவலன் காவான் எனின்.

நாட்டைக் காக்கும் தலைவன் முறைப்படி காக்காவிட்டால், அந்நாட்டில் பசுக்கள் பால் தருதலில் பயன் குன்றும், அந்தணரும் அறநூல்களை மறப்பர்.

| 119 |

57. வெருவந்த செய்யாமை

561. தக்காங்கு நாடித் தலைச்செல்லா வண்ணத்தால்
ஒத்தாங்கு ஒறுப்பது வேந்து.

செய்த குற்றத்தை தக்கவாறு ஆராய்ந்து மீண்டும் அக்குற்றம் செய்யாதபடி குற்றத்திற்குப் பொருந்துமாறு தண்டிப்பவனே அரசன் ஆவான்.

562. கடிதுஓச்சி மெல்ல எறிக நெடிதுஆக்கம்
நீங்காமை வேண்டு பவர்.

ஆக்கம் நெடுங்காலம் நீங்காமலிருக்க விரும்புகின்றவர் (தண்டிக்கத் தொடங்கும்போது) அளவு கடந்து செய்வதுபோல் காட்டி அளவு மீறாமல் முறை செய்ய வேண்டும்.

563. வெருவந்த செய்துஒழுகும் வெங்கோலன் ஆயின்
ஒருவந்தம் ஒல்லைக் கெடும்.

குடிகள் அஞ்சும்படியான கொடுமைகளைச் செய்து ஆளும் கொடுங்கோல் அரசனானால், அவன் திண்ணமாக விரைவில் கெடுவான்.

564. இறைகடியன் என்றுஉரைக்கும் இன்னாச்சொல் வேந்தன்
உறைகடுகி ஒல்லைக் கெடும்.

நம் அரசன் கடுமையானவன் என்று குடிகளால் கூறப்படும் கொடுஞ்சொல்லை உடைய அரசன், தன் ஆயுள் குறைந்து விரைவில் கெடுவான்.

565. அருஞ்செவ்வி இன்னா முகத்தான் பெருஞ்செல்வம்
பேஎய்கண் டன்ன உடைத்து.

எளிதில் காணமுடியாத அருமையும், இனிமையற்ற முகமும் உடையவனது பெரிய செல்வம், பேய் கண்டு காத்திருப்பதைப் போன்ற தன்மையுடையது.

566. கடுஞ்சொல்லன் கண்ணிலன் ஆயின் நெடுஞ்செல்வம்
நீடுஇன்றி ஆங்கே கெடும்.

கடுஞ்சொல் உடையவனாய்க் கண்ணோட்டம் இல்லாதவனாய் உள்ளவனுடைய பெரிய செல்வம் நீடித்தல் இல்லாமல் அப்பொழுதே கெடும்.

567. கடுமொழியும் கைஇகந்த தண்டமும் வேந்தன்
அடுமுரண் தேய்க்கும் அரம்.

கடுமையான சொல்லும் முறை கடந்த தண்டனையும் அரசனுடைய வெற்றிக்கு காரணமான வலிமையைத் தேய்க்கும் அரம் ஆகும்.

568. இனத்துஆற்றி எண்ணாத வேந்தன் சினத்துஆற்றிச்
சீறின் சிறுகும் திரு.

அமைச்சர் முதலான தன் இனத்தாரிடம் கலந்து எண்ணாத அரசன், சினத்தின் வழியில் சென்று சீறி நிற்பானானால், அவனுடைய செல்வம் சுருங்கும்.

569. செருவந்த போழ்தில் சிறைசெய்யா வேந்தன்
வெருவந்து வெய்து கெடும்.

முன்னமே தக்கவாறு அரண் செய்து கொள்ளாத அரசன் போர் வந்த காலத்தில் (தற்காப்பு இல்லாமல்) அஞ்சி விரைவில் அழிவான்.

570. கல்லார்ப் பிணிக்கும் கடுங்கோல் அதுவல்லது
இல்லை நிலக்குப் பொறை.

கடுங்கோலாகிய ஆட்சிமுறை கல்லாதவரைத் தனக்கு அரணாகச் சேர்த்துக் கொள்ளும், அது தவிர நிலத்திற்கு சுமை வேறு இல்லை.

58. கண்ணோட்டம்

**571. கண்ணோட்டம் என்னும் கழிபெரும் காரிகை
உண்மையான் உண்டுஇவ் வுலகு.**

கண்ணோட்டம் என்று சொல்லப்படுகின்ற மிகச் சிறந்த அழகு இருக்கும் காரணத்தால்தான், இந்த உலகம் அழியாமல் இருக்கின்றது.

**572. கண்ணோட்டத்து உள்ளது உலகியல்; அஃதிலார்
உண்மை நிலக்குப் பொறை.**

கண்ணோட்டத்தினால் உலகியல் நடைபெறுகின்றது, கண்ணோட்டம் இல்லாதவர் உயிரோடு இருத்தல் நிலத்திற்குச் சுமையே தவிர வேறு பயனில்லை.

**573. பண்என்னாம் பாடற்கு இயைபின்றேல்; கண்என்னாம்
கண்ணோட்டம் இல்லாத கண்?**

பாடலோடு பொருந்துதல் இல்லையானால் இசை என்ன பயனுடையதாகும், அதுபோல் கண்ணோட்டம் இல்லாவிட்டால் கண் என்ன பயனுடையதாகும்.

**574. உளபோல் முகத்துஎவன் செய்யும் அளவினால்
கண்ணோட்டம் இல்லாத கண்?**

தக்க அளவிற்குக் கண்ணோட்டம் இல்லாத கண்கள் முகத்தில் உள்ளவைபோல் தோன்றுதல் அல்லாமல் வேறு என்ன பயன் செய்யும்?

**575. கண்ணிற்கு அணிகலம் கண்ணோட்டம்; அஃதின்றேல்
புண்ணென்று உணரப் படும்.**

ஒருவனுடைய கண்ணுக்கு அணிகலமாவது கண்ணோட்டம் என்னும் பண்பே, அஃது இல்லையானால் புண் என்று உணரப்படும்.

**576. மண்ணோடு இயைந்த மரத்தனையர் கண்ணோடு
இயைந்துகண் ணோடா தவர்.**

கண்ணோட்டதிற்கு உரிய கண்ணோடு பொருந்தி இருந்தும் கண்ணோட்டம் இல்லாதவர் (கண் இருந்தும் காணாத) மரத்தினைப் போன்றவர்.

**577. கண்ணோட்டம் இல்லவர் கண்ணிலர்; கண்ணுடையார்
கண்ணோட்டம் இன்மையும் இல்.**

கண்ணோட்டம் இல்லாத மக்கள் கண் இல்லாதவரே ஆவர், கண் உடைய மக்கள் கண்ணோட்டம் இல்லா திருத்தலும் இல்லை.

**578. கருமம் சிதையாமல் கண்ணோட வல்லார்க்கு
உரிமை உடைத்துஇவ் வுலகு.**

தம் தம் கடமையாகிய தொழில் கெடாமல் கண்ணோட்டம் உடையவராக இருக்க வல்லவர்க்கு இவ்வுலகம் உரிமை உடையது.

**579. ஒறுத்துஆற்றும் பண்பினார் கண்ணும்கண் ணோடிப்
பொறுத்துஆற்றும் பண்பே தலை.**

தண்டித்தற்குரிய தன்மை உடையவரிடத்திலும் கண்ணோட்டம் செய்து (அவர் செய்த குற்றத்தைப்) பொருத்துக் காக்கும் பண்பே சிறந்தது.

**580. பெயக்கண்டும் நஞ்சுஉண்டு அமைவர் நயத்தக்க
நாகரிகம் வேண்டு பவர்.**

எவராலும் விரும்பத்தக்க நாகரிகமான கண்ணோட்டத்தை விரும்புகின்றவர், பழகியவர் தமக்கு நஞ்சு இடக்கண்டும் அதை உண்டு அமைவர்.

59. ஒற்றாடல்

581. ஒற்றும் உரைசான்ற நூலும் இவைஇரண்டும்
தெற்றென்க மன்னவன் கண்.

ஒற்றரும் புகழ் அமைந்த நீதி நூலும் ஆகிய இவ்விரு வகைக் கருவிகளையும் அரசன் தன்னுடைய கண்களாகத் தெளிய வேணடும்.

582. எல்லார்க்கும் எல்லாம் நிகழ்பவை எஞ்ஞான்றும்
வல்லறிதல் வேந்தன் தொழில்.

எல்லாரிடத்திலும் நிகழ்கின்றவை எல்லாவற்றையும் எக்காலத்திலும் (ஒற்றரைக்கொண்டு) விரைந்து அறிதல் அரசனுக்குரிய தொழிலாகும்.

583. ஒற்றினான் ஒற்றிப் பொருள்தெரியா மன்னவன்
கொற்றம் கொளக்கிடந்தது இல்.

ஒற்றரால் (நாட்டு நிகழ்ச்சிகளை) அறிந்து அவற்றின் பயனை ஆராய்ந்துணராத அரசன் வெற்றி பெறத்தக்க வழி வேறு இல்லை.

584. வினைசெய்வார் தம்சுற்றம் வேண்டாதார் என்றாங்கு
அனைவரையும் ஆராய்வது ஒற்று.

தம்முடைய தொழிலைச் செய்கின்றவர், தம் சுற்றத்தார், தம் பகைவர் என்றுகூறப்படும் எல்லாரையும் ஆராய்வதே ஒற்றரின் தொழிலாகும்.

585. கடாஅ உருவொடு கண்அஞ்சாது யாண்டும்
உகாஅமை வல்லதே ஒற்று.

ஐயுற முடியாத உருவத்தோடு, பார்த்தவருடைய கண் பார்வைக்கு அஞ்சாமல் எவ்விடத்திலும் மனதிலுள்ளதை வெளிப்படுத்தாமல் இருக்கவல்லவனே ஒற்றன் ஆவன்.

**586. துறந்தார் படிவத்தர் ஆகி இறந்துஆராய்ந்து
என்செயினும் சோர்வுஇலது ஒற்று.**

துறந்தவரின் வடிவத்தை உடையவராய், அறிய இடங்களிலெல்லாம் சென்று ஆராய்ந்து (ஐயுற்றவர்) என்ன செய்தாலும் சோர்ந்து விடாதவரே ஒற்றர் ஆவர்.

**587. மறைந்தவை கேட்கவற்று ஆகி அறிந்தவை
ஐயப்பாடு இல்லதே ஒற்று.**

மறைந்த செய்திகளையும் கேட்டறிய வல்லவனாய் அறிந்த செய்திகளை ஐயப்படாமல் துணிய வல்லவனாய் உள்ளவனே ஒற்றன் ஆவான்.

**588. ஒற்றுஒற்றித் தந்த பொருளையும் மற்றுமோர்
ஒற்றினால் ஒற்றிக் கொளல்.**

ஓர் ஒற்றன் மறைந்து கேட்டுத் தெரிவித்த செய்தியையும் மற்றோர் ஒற்றனால் கேட்டுவரச் செய்து ஒப்புமை கண்டபின் உண்மை என்று கொள்ள வேண்டும்.

**589. ஒற்றுஒற்று உணராமை ஆள்க உடன்மூவர்
சொல்தொக்க தேறப் படும்.**

ஓர் ஒற்றனை மற்றோர் ஒற்றன் அறியாதபடி ஆள வேண்டும், அவ்வாறு ஆளப்பட்ட ஒற்றர் மூவரின் சொல் ஒத்திருந்தால் அவை உண்மை எனத் தெளியப்படும்.

**590. சிறப்புஅறிய ஒற்றின்கண் செய்யற்க செய்யிற்
புறப்படுத்தான் ஆகும் மறை.**

ஒற்றனுக்கு செய்யும் சிறப்பைப் பிறர் அறியுமாறு செய்யக்கூடாது, செய்தால் மறைபொருளைத் தானே வெளிப்படுத்தியவன் ஆவான்.

60. ஊக்கமுடைமை

591. உடையர் எனப்படுவது ஊக்கம்அஃது இல்லார்
உடையது உடையரோ மற்று?

ஒருவர் பெற்றிருக்கின்றார் என்று சொல்லத்தக்க சிறப்புடையது ஊக்கமாகும், ஊக்கம் இல்லாதவர் வேறு எதைப் பெற்றிருந்தாலும் அதை உடையவர் ஆவரோ.

592. உள்ளம் உடைமை உடைமை பொருள்உடைமை
நில்லாது நீங்கி விடும்.

ஒருவர்க்கு ஊக்கமுடைமையே நிலையான உடைமையாகும், மற்ற பொருளுடைமையானது நிலைபேறு இல்லாமல் நீங்கிவிடுவதாகும்.

593. ஆக்கம் இழந்தேம்என்று அல்லாவார் ஊக்கம்
ஒருவந்தம் கைத்துஉடை யார்.

ஊக்கத்தை உறுதியாகத் தம்கைப் பொருளாக உடையவர், ஆக்கம் (இழந்துவிட்டாலத்திலும்) இழந்துவிட்டோம் என்று கலங்கமாட்டார்.

594. ஆக்கம் அதர்வினாய்ச் செல்லும் அசைவிலா
ஊக்கம் உடையா னுழை.

சோர்வு இல்லாத ஊக்கம் உடையவனிடத்தில் ஆக்கமானது தானே அவன் உள்ள இடத்திற்கு வழி கேட்டுக்கொண்டு போய்ச் சேரும்.

595. வெள்ளத்து அனைய மலர்நீட்டம் மாந்தர்தம்
உள்ளத்து அனையது உயர்வு.

நீர்ப்பூக்களின் தாளின் நீளம் அவை நின்ற நீரின் அளவினவாகும், மக்களின் ஊக்கத்தை அளவினதாகும் வாழ்க்கையின் உயர்வு.

596. உள்ளுவது எல்லாம் உயர்வுஉள்ளல் மற்றுஅது
தள்ளினும் தள்ளாமை நீர்த்து.

எண்ணுவதெல்லாம் உயர்வைப்பற்றியே எண்ண வேண்டும், அவ்வுயர்வுக் கைகூடாவிட்டாலும் அவ்வாறு எண்ணுவதை விடக்கூடாது.

597. சிதைவுஇடத்து ஒல்கார் உரவோர் புதையம்பின்
பட்டுப்பாடு ஊன்றும் களிறு.

உடம்பை மறைக்குமளவு அம்புகளால் புண்பட்டும் யானைத் தன் பெருமையை நிலைநிறுத்தும், அதுபோல் ஊக்கம் உடையவர் அழிவு வந்தவிடத்திலும் தளரமாட்டார்.

598. உள்ளம் இலாதவர் எய்தார் உலகத்து
வள்ளியம் என்னும் செருக்கு.

ஊக்கம் இல்லாதவர் இவ்வுலகில் யாம் வண்மை உடையோம் என்று தம்மைத் தான் எண்ணி மகிழும் மகிழ்ச்சியை அடையமாட்டார்.

599. பரியது கூர்ங்கோட்டது ஆயினும் யானை
வெரூஉம் புலிதாக் குறின்.

யானை பருத்த உடம்பை உடையது, கூர்மையான கொம்புகளை உடையது, ஆயினும் ஊக்கம் உள்ளதாகிய புலி தாக்கினால் அதற்கு அஞ்சும்.

600. உரம்ஒருவற்கு உள்ள வெறுக்கை அஃதுஇல்லார்
மரம்மக்கள் ஆதலே வேறு.

ஒருவனுக்கு வலிமையானது ஊக்கமிகுதியே, அவ்வூக்கம் இல்லாதவர் மரங்களே, (வடிவால்) மக்களைப்போல் இருத்தலே வேறுபாடு.

61. மடியின்மை

**601. குடிஎன்னும் குன்றா விளக்கம் மடிஎன்னும்
மாசூஊர மாய்ந்து கெடும்.**

ஒருவனுக்கு தன் குடியாகிய மங்காத விளக்கு, அவனுடைய சோம்பலாகிய மாசு படிய படிய ஒளி மங்கிக் கெட்டுவிடும்.

**602. மடியை மடியா ஒழுகல் குடியைக்
குடியாக வேண்டு பவர்.**

தம் குடியைச் சிறப்புடைய குடியாக விளங்குமாறு செய்ய விரும்புகின்றவர் சோம்பலைச் சோம்பலாகக்கொண்டு முயற்சியுடையவராய் நடக்க வேண்டும்.

**603. மடிமடிக் கொண்டுஒழுகும் பேதை பிறந்த
குடிமடியும் தன்னினும் முந்து.**

அழிக்கும் இயல்புடைய சோம்பலைத் தன்னிடம் கொண்டு நடக்கும் அறிவில்லாதவன் பிறந்த குடி அவனுக்கு முன் அழிந்துவிடும்.

**604. குடிமடிந்து குற்றம் பெருகும் மடிமடிந்து
மாண்ட உஞற்றி லவர்க்கு.**

சோம்பலில் அகப்பட்டு சிறந்த முயற்சி இல்லாதவராய் வாழ்கின்றவர்க்கு குடியின் பெருமை அழிந்து குற்றம் பெருகும்.

**605. நெடுநீர் மறவி மடிதுயில் நான்கும்
கெடுநீரார் காமக் கலன்.**

காலம் நீட்டித்தல், சோம்பல், மறதி, அளவு மீறிய தூக்கம் ஆகிய இந்நான்கும் கெடுகின்ற இயல்புடையவர் விரும்பி ஏறும் மரக்கலமாம்.

606. படியுடையார் பற்றுஅமைந்தக் கண்ணும் மடியுடையார்
     மாண்பயன் எய்தல் அரிது.

நாட்டை ஆளும் தலைவருடைய உறவு தானே வந்து சேர்ந்தாலும், சோம்பல் உடையவர் சிறந்த பயனை அடைய முடியாது.

607. இடிபுரிந்து எள்ளும்சொல் கேட்பர் மடிபுரிந்து
     மாண்ட உஞற்றி லவர்.

சோம்பலை விரும்பி மேற்கொண்டு சிறந்த முயற்சி இல்லாதவராய் வாழ்கின்றவர் பிறர் இடித்துக் கூறி இகழ்கின்ற சொல்லைக் கேட்கும் நிலைமை அடைவர்.

608. மடிமை குடிமைக்கண் தங்கின்தன் ஒன்னார்க்கு
     அடிமை புகுத்தி விடும்.

சோம்பல் நல்ல குடியில் பிறந்தவனிடம் வந்து பொருந்தினால், அஃது அவனை அவனுடைய பகைவர்க்கு அடிமையாகுமாறு செய்துவிடும்.

609. குடிஆண்மை யுள்வந்த குற்றம் ஒருவன்
     மடிஆண்மை மாற்றக் கெடும்.

ஒருவன் சோம்பலை ஆளுந்தன்மையை மாற்றிவிட்டால் அவனுடைய குடியிலும் ஆண்மையிலும் வந்த குற்றம் தீர்ந்துவிடும்.

610. மடிஇலா மன்னவன் எய்தும் அடிஅளந்தான்
     தாஅயது எல்லாம் ஒருங்கு.

அடியால் உலகத்தை அளந்த கடவுள் தாவிய பரப்பு எல்லாவற்றையும் சோம்பல் இல்லாத அரசன் ஒரு சேர அடைவான்.

62. ஆள்வினையுடைமை

**611. அருமை உடைத்துஎன்று அசாவாமை வேண்டும்
பெருமை முயற்சி தரும்.**

இது செய்வதற்கு அருமையாகாது என்று சோர்வுறாமல் இருக்க வேண்டும், அதைச் செய்வதற்குத் தக்க பெருமையை முயற்சி உண்டாக்கும்,

**612. வினைக்கண் வினைகெடல் ஓம்பல் வினைக்குறை
தீர்ந்தாரின் தீர்ந்தன்று உலகு.**

தொழிலாகிய குறையைச் செய்யாமல் கைவிட்டவரை உலகம் கைவிடும், ஆகையால் தொழில் முயற்சி இல்லாதிருத்தலை ஒழிக்க வேண்டும்.

**613. தாளாண்மை என்னும் தகைமைக்கண் தங்கிற்றே
வேளாண்மை என்னும் செருக்கு.**

பிறர்க்கு உதவி செய்தல் என்னும் மேம்பட்ட நிலைமை முயற்சி என்று சொல்லப்படுகின்ற உயர்ந்த பண்பில் நிலைத்திருக்கின்றது.

**614. தாளாண்மை இல்லாதான் வேளாண்மை பேடிகை
வாள்ஆண்மை போலக் கெடும்.**

முயற்சி இல்லாதவன் உதவி செய்பவனாக இருத்தல், பேடி தன் கையில் வாளை எடுத்தும் ஆளும் தன்மைபோல் நிறைவேறாமல் போகும்.

**615. இன்பம் விழையான் வினைவிழைவான் தன்கேளிர்
துன்பம் துடைத்துஊன்றும் தூண்.**

தன் இன்பத்தை விரும்பாதவனாய் மேற்கொண்ட செயலை முடிக்க விரும்புகிறவன், தன் சுற்றத்தாரின் துன்பத்தைப் போக்கித் தாங்குகின்ற தூண் ஆவான்.

616. முயற்சி திருவினை ஆக்கும் முயற்றின்மை
இன்மை புகுத்தி விடும்.

முயற்சி ஒருவனுக்கு செல்வத்தைப் பெருகச் செய்யும், முயற்சி இல்லாதிருத்தல் அவனுக்கு வறுமையைச் சேர்த்துவிடும்.

617. மடிஉளாள் மாமுகடி என்ப மடிஇலான்
தாள்உளாள் தாமரையி னாள்.

ஒருவனுடைய சோம்பலில் கரிய மூதேவி வாழ்கின்றாள், சோம்பல் இல்லாதவனுடைய முயற்சியிலே திருமகள் வாழ்கின்றாள்.

618. பொறிஇன்மை யார்க்கும் பழிஅன்று அறிவுஅறிந்து
ஆள்வினை இன்மை பழி.

நன்மை விளைவிக்கும் ஊழ் இல்லாதிருத்தல் யார்க்கும் பழி அன்று, அறியவேண்டியவற்றை அறிந்து முயற்சி செய்யாதிருத்தலே பழி.

619. தெய்வத்தான் ஆகாது எனினும் முயற்சிதன்
மெய்வருத்தக் கூலி தரும்.

ஊழியின் காரணத்தால் ஒரு செயல் செய்ய முடியாமல் போகுமாயினும், முயற்சி தன் உடம்பு வருந்திய வருத்தத்தின் கூலியையாவது கொடுக்கும்.

620. ஊழையும் உப்பக்கம் காண்பர் உலைவுஇன்றித்
தாழாது உஞற்று பவர்.

சோர்வு இல்லாமல், முயற்சியில் குறைவு இல்லாமல் முயல்கின்றவர், செயலுக்கு இடையூறாக வரும் ஊழையும் ஒரு காலத்தில் தோல்வியுறச் செய்வார்.

63. இடுக்கண் அழியாமை

621. இடுக்கண் வருங்கால் நகுக அதனை
அடுத்துஊர்வது அஃதுஒப்பது இல்.

துன்பம் வரும்போது (அதற்காக கலங்காமல்) நகுதல் வேண்டும், அத் துன்பத்தை எதிர்த்து வெல்லவல்லது அதைப்போன்றது வேறு இல்லை.

622. வெள்ளத்து அனைய இடும்பை அறிவுஉடையான்
உள்ளத்தின் உள்ளக் கெடும்.

வெள்ளம்போல் அளவற்றதாய் வரும் துன்பமும், அறிவுடையவன் தன் உள்ளத்தினால் அத் துன்பத்தின் இயல்பை நினைத்த அளவில் கெடும்.

623. இடும்பைக்கு இடும்பை படுப்பர் இடும்பைக்கு
கிடும்பை படாஅ தவர்.

துன்பம் வந்தபோது அதற்காக வருந்திக் கலங்காதவர் அந்தத் துன்பத்திற்கே துன்பம் உண்டாக்கி அதை வென்றுவிடுவார்.

624. மடுத்தவாய் எல்லாம் பகடுஅன்னான் உற்ற
இடுக்கண் இடர்ப்பாடு உடைத்து.

தடைபட்ட இடங்களில் எல்லாம் (வண்டியை இழுத்துச் செல்லும்) எருதுபோல் விடாமுயற்சி உடையவன் உற்றத் துன்பமே துன்பப்படுவதாகும்.

625. அடுக்கி வரினும் அழிவுஇலான் உற்ற
இடுக்கண் இடுக்கண் படும்.

விடாமல் மேன் மேலும் துன்பம் வந்தபோதிலும் கலங்காமலிருக்கும் ஆற்றலுடையவன் அடைந்த துன்பமே துன்பப்பட்டு போகும்.

626. அற்றேம்என்று அல்லல் படுபவோ பெற்றேம்என்று
ஓம்புதல் தேற்றா தவர்?

செல்வம் வந்தபோது இதைப்பெற்றோமே என்று பற்றுக்கொண்டு காத்தறியாதவர் வறுமை வந்தபோது இழந்தோமே என்று அல்லல்படுவரோ.

627. இலக்கம் உடம்புஇடும்பைக்கு என்று கலக்கத்தைக்
கையாறாக் கொள்ளாதாம் மேல்.

மேலோர், உடம்பு துன்பத்திற்கு இலக்கமானது என்று உணர்ந்து, (துன்பம் வந்தபோது) கலங்குவதை ஒழுக்க நெறியாகக் கொள்ளமாட்டார்.

628. இன்பம் விழையான் இடும்பை இயல்புஎன்பான்
துன்பம் உறுதல் இலன்.

இன்பமானதை விரும்பாதவனாய்த் துன்பம் இயற்கையானது என்று தெளிந்திருப்பவன், துன்பம் வந்தபோது துன்பமுறுவது இல்லை.

629. இன்பத்துள் இன்பம் விழையாதான் துன்பத்துள்
துன்பம் உறுதல் இலன்.

இன்பம் வந்த காலத்தில் அந்த இன்பத்தை விரும்பிப் போற்றாதவன் துன்பம் வந்த காலத்தில் அந்தத் துன்பத்தை அடைவது இல்லை.

630. இன்னாமை இன்பம் எனக்கொளின் ஆகும்தன்
ஒன்னார் விழையும் சிறப்பு.

ஒருவன் துன்பத்தையே தனக்கு இன்பமாகக் கருதிக்கொள்வானானால் அவனுடைய பகைவரும் விரும்பத்தக்க சிறப்பு உண்டாகும்.

64. அமைச்சு

631. கருவியும் காலமும் செய்கையும் செய்யும்
அருவினையும் மாண்டது அமைச்சு.

செயலுக்கு உரிய கருவியும், ஏற்ற காலமும், செய்யும் வகையும் செய்யப்படும் அரிய செயலும் சிறப்படையச் செய்ய வல்லவன் அமைச்சன்.

632. வன்கண் குடிகாத்தல் கற்றறிதல் ஆள்வினையோடு
ஐந்துடன் மாண்டது அமைச்சு.

அஞ்சாமையும், குடிபிறப்பும், காக்கும் திறனும், கற்றறிந்த அறிவும் முயற்சியும் ஆகிய இவ்வைந்தும் திருந்தப்பெற்றவன் அமைச்சன்.

633. பிரித்தலும் பேணிக் கொளலும் பிரிந்தார்ப்
பொருத்தலும் வல்லது அமைச்சு.

பகைவர்க்கு துணையானவரைப் பிரித்தலும், தம்மிடம் உள்ளவரைக் காத்தலும், பிரிந்துகொண்டவரை மீண்டும் சேர்த்துக்கொள்ளலும் வல்லவன் அமைச்சன்.

634. தெரிதலும் தேர்ந்து செயலும் ஒருதலையாச்
சொல்லலும் வல்லது அமைச்சு.

(செய்யத்தக்க செயலை) ஆராய்தலும், அதற்குரிய வழிகளை ஆராய்ந்து செய்தலும், துணிவாகக் கருத்தைச் சொல்லுதலும் வல்லவன் அமைச்சன்.

635. அறன்அறிந்து ஆன்றுஅமைந்த சொல்லான்எஞ் ஞான்றும்
திறன்அறிந்தான் தேர்ச்சித் துணை.

அறத்தை அறிந்தவனாய், அறிவு நிறைந்து அமைந்த சொல்லை உடையவனாய், எக்காலத்திலும் செயல் செய்யும் திறன் அறிந்தவனாய் உள்ளவன் ஆராய்ந்து கூறும் துணையாவான்.

**636. மதிநுட்பம் நூலோடு உடையார்க்கு அதிநுட்பம்
யாஉள முன்நிற் பவை.**

இயற்கையான நுட்ப அறிவை நூலறிவோடு ஒருங்கே உடையவர்க்கு மிக்க நுட்பமான சூழ்ச்சிகளாய் முன்நிற்பவை எவை உள்ளன.

**637. செயற்கை அறிந்தக் கடைத்தும் உலகத்து
இயற்கை அறிந்து செயல்.**

நூலறிவால் செயலைச் செய்யும் வகைகளை அறிந்தபோதிலும் உலகத்தின் இயற்கையை அறிந்து அதனோடு பொருந்துமாறு செய்யவேண்டும்.

**638. அறிகொன்று அறியான் எனினும் உறுதி
உழைஇருந்தான் கூறல் கடன்.**

அறிவுறுத்துவாரின் அறிவையையும் அழித்துத் தானும் அறியாதவனாக அரசன் இருந்தாலும், அமைச்சன் அவனுக்கு உறுதியானவற்றை எடுத்துக்கூறல் கடமையாகும்.

**639. பழுதுஎண்ணும் மந்திரியின் பக்கத்துள் தெவ்வோர்
எழுபது கோடி உறும்.**

தவறான வழிகளை எண்ணி கூறுகின்ற அமைச்சனைவிட எழுபது கோடி பகைவர் பக்கத்தில் இருந்தாலும் நன்மையாகும்.

**640. முறைப்படச் சூழ்ந்து முடிவுஇலவே செய்வர்
திறப்பாடு இலாஅ தவர்.**

(செயல்களைச் முடிக்கும்) திறன் இல்லாதவர், முன்னே எண்ணி வைத்திருந்தும் (செய்யும்போது) குறையானவைகளையே செய்வர்.

65. சொல்வன்மை

641. நாநலம் என்னும் நலன்உடைமை அந்நலம்
யாநலத்து உள்ளதூஉம் அன்று.

நாவன்மையாகிய நலம் ஒருவகை செல்வம் ஆகும், அந்த நாநலம் தனிச்சிறப்புடையது, ஆகையால் மற்ற எந்த நலங்களிலும் அடங்குவது அன்று.

642. ஆக்கமும் கேடும் அதனால் வருதலால்
காத்துஓம்பல் சொல்லின்கண் சோர்வு.

ஆக்கமும் கேடும் சொல்லுகின்ற சொல்லால் வருவதால் ஒருவன் தன்னுடைய சொல்லுக்கு தவறு நேராமல் காத்துக்கொள்ள வேண்டும்.

643. கேட்டார்ப் பிணிக்கும் தகைஅவாய்க் கேளாரும்
வேட்ப மொழிவதாம் சொல்.

சொல்லும்போது கேட்டவரைத் தன் வயப்படுத்தும் பண்புகளுடன், கேட்காதவரும் கேட்க விரும்புமாறு கூறப்படுவது சொல் வன்மையாகும்.

644. திறன்அறிந்து சொல்லுக சொல்லை அறனும்
பொருளும் அதனின்ஊஉங்கு இல்.

சொல்லின் திறத்தை அறிந்து சொல்லை வழங்க வேண்டும், அத்தகைய சொல்வன்மையைவிடச் சிறந்த அறமும் பொருளும் இல்லை.

645. சொல்லுக சொல்லைப் பிறிதுஓர்சொல் அச்சொல்லை
வெல்லும்சொல் இன்மை அறிந்து.

வேறோரு சொல் அந்தச் சொல்லை வெல்லும் சொல்லாக இல்லாதிருந்தால் அறிந்த பிறகே சொல்லக்கருதியதைச் சொல்ல வேண்டும்.

646. வேட்பதாம் சொல்லிப் பிறர்சொல் பயன்கோடல்
மாட்சியின் மாசுஅற்றார் கோள்.

பிறர் விரும்பும் படியாகத் தாம் சொல்லின் பிறர் சொல்லும்போது அச்சொல்லின் பயனை ஆராய்ந்துகொள்ளுதல் மாசற்ற சிறப்புடையவரின் கொள்கையாகும்.

647. சொலல்வல்லன் சோர்வுஇலன் அஞ்சான் அவனை
இகல்வெல்லல் யார்க்கும் அரிது.

தான் கருதியவற்றை நன்கு சொல்ல வல்லவனாய் சொல்லும்போது சோர்வு இல்லாதவனாய், அஞ்சாதவனாய் உள்ளவனை மாறுபாட்டால் வெல்வது யார்க்கும் முடியாது.

648. விரைந்து தொழில்கேட்கும் ஞாலம் நிரந்துஇனிது
சொல்லுதல் வல்லார்ப் பெறின்.

கருத்துகளை ஒழுங்காகக் கோர்த்து இனிமையாக சொல்ல வல்லவரைப் பெற்றால், உலகம் விரைந்து அவருடைய ஏவலைக் கேட்டு நடக்கும்.

649. பலசொல்லக் காமுறுவர் மன்றமாசு அற்ற
சிலசொல்லல் தேற்றா தவர்.

குற்றமற்றவையாகிய சில சொற்களைச் சொல்லத் தெரியாதவர், உண்மையாகவே பல சொற்களைச் சொல்லிக்கொண்டிருக்க விரும்புவர்.

650. இணர்ஊழ்த்தும் நாறா மலர்அனையர் கற்றது
உணர விரித்துஉரையா தார்.

தாம் கற்ற நூற்பொருளைப் பிறர் உணருமாறு விரிந்துரைக்க முடியாதவர், கொத்தாக மலர்ந்திருந்தபோதிலும் மணம் கமழாத மலரைப் போன்றவர்.

66. வினைத்தூய்மை

651. துணைநலம் ஆக்கம் தரூஉம் வினைநலம்
வேண்டிய எல்லாம் தரும்.

ஒருவனுக்கு வாய்த்த துணையின் நன்மை ஆக்கத்தைக் கொடுக்கும், செய்யும் வினையின் நன்மை அவன் விரும்பிய எல்லாவற்றையும் கொடுக்கும்.

652. என்றும் ஒருவுதல் வேண்டும் புகழொடு
நன்றி பயவா வினை.

புகழையும் அறத்தையும் தாராத (தூய்மை அற்ற) செயல்களை எக்காலத்திலும் ஒருவன் செய்யாமல் விட்டொழிக்க வேண்டும்.

653. ஓஒதல் வேண்டும் ஒளிமாழ்கும் செய்வினை
ஆஅதும் என்னு மவர்.

மேன்மேலும் உயர்வோம் என்று விரும்பி முயல்கின்றவர் தம்முடைய புகழ் கெடுவதற்கு காரணமான செயலைச் செய்யாமல்விட வேண்டும்.

654. இடுக்கண் படினும் இளிவந்த செய்யார்
நடுக்கற்ற காட்சி யவர்.

அசைவற்ற தெளிந்த அறிவினையுடையவர், துன்பத்தில் சிக்குண்டாலும் (அத்துன்பத்தைத் தீர்ப்பதற்காகவும்) இழிவான செயல்களைச் செய்யமாட்டார்.

655. எற்றுஎன்று இரங்குவ செய்யற்க செய்வானேல்
மற்றுஅன்ன செய்யாமை நன்று.

பிறகு நினைத்து வருந்துவதற்குக் காரணமான செயல்களைச் செய்யக்கூடாது, ஒரு கால் தவறி செய்தாலும் மீண்டும் அத்தன்மையானவற்றைச் செய்யாதிருத்தல் நல்லது.

656. ஈன்றாள் பசிகாண்பான் ஆயினும் செய்யற்க
சான்றோர் பழிக்கும் வினை.

பெற்ற தாயின் பசியைக் கண்டு வருந்த நேர்ந்தாலும், சான்றோர் பழிப்பதற்குக் காரணமான இழிவுற்ற செயல்களைச் செய்யக்கூடாது.

657. பழிமலைந்து எய்திய ஆக்கத்தின் சான்றோர்
கழிநல் குரவே தலை.

பழியை மேற்கொண்டு இழிதொழில் செய்து பெறும் செல்வத்தை விடச் சான்றோர் வினைத்தூய்மையோடிருந்து பெறும் பொல்லாத வறுமையே சிறந்தது.

658. கடிந்த கடிந்துஓரார் செய்தார்க்கு அவைதாம்
முடிந்தாலும் பீழை தரும்.

ஆகாதவை என விலக்கப்பட்ட செயல்களை விலக்கிவிடாமல் மேற்கொண்டு செய்தவர்க்கும், அச்செயல் நிறைவேறினாலும் துன்பமே கொடுக்கும்.

659. அழக்கொண்ட எல்லாம் அழப்போம் இழப்பினும்
பிற்பயக்கும் நற்பா லவை.

பிறர் வருந்துமாறு செய்து பெற்ற பொருள் எல்லாம் பெற்றவன் வருந்துமாறு செய்து போய்விடும், நல்வழியில் வந்தவை இழக்கப்பட்டாலும் பிறகு பயன் தரும்.

660. சலத்தால் பொருள்செய்துஏமம் ஆர்த்தல் பசுமண்
கலத்துள்நீர் பெய்துஇரீஇ யற்று.

வஞ்சனையான வழியால் பொருளைச்சேர்த்துக் காப்பாற்றுதல், பச்சை மண்கலத்தில் நீரைவிட்டு அதைக் காப்பாற்றி வைத்தாற் போன்றது.

67. வினைத்திட்பம்

661. வினைத்திட்பம் என்பது ஒருவன் மனத்திட்பம்
மற்றைய எல்லாம் பிற.

ஒரு தொழிலின் திட்பம் என்று சொல்லப்படுவது ஒருவனுடைய மனதின் திட்பமே (உறுதியே) ஆகும், மற்றவை எல்லாம் வேறானவை.

662. ஊறுஒரால் உற்றபின் ஒல்காமை இவ்விரண்டின்
ஆறுஎன்பர் ஆய்ந்தவர் கோள்.

இடையூறு வருவதற்கு முன்பே நீக்குதல், வந்த பின் தளராமை ஆகிய இந்த இரண்டினது வழியே வினைத்திட்பம் பற்றி ஆராய்ந்தவரின் கொள்கையாம்.

663. கடைக்கொட்கச் செய்தக்கது ஆண்மை இடைக்கொட்கின்
எற்றா விழுமம் தரும்.

செய்யும் செயலை முடிவில் வெளிப்படும்படியாக செய்யும் தகுதியே ஆண்மையாகும், இடையில் வெளிப்பட்டால் நீங்காத துன்பத்தைக் கொடுக்கும்.

664. சொல்லுதல் யார்க்கும் எளிய அரியஆம்
சொல்லிய வண்ணம் செயல்.

இச்செயலை இவ்வாறு செய்து முடிக்கலாம் என்று சொல்லுதல் எவர்க்கும் எளியனவாம், சொல்லியபடி செய்து முடித்தல் அரியனவாம்.

665. வீறுஎய்தி மாண்டார் வினைத்திட்பம் வேந்தன்கண்
ஊறுஎய்தி உள்ளப் படும்.

செயல் திறனால் பெருமைபெற்று உயர்ந்தவரின் வினைத்திட்பமானது நாட்டை ஆளும் அரசனிடத்திலும் எட்டி மதிக்கப்பட்டு விளங்கும்.

666. எண்ணிய எண்ணியாங்கு எய்துப எண்ணியார்
     திண்ணியர் ஆகப் பெறின்.

எண்ணியவர் (எண்ணியபடியே செயல் ஆற்றுவதில்) உறுதியுடையவராக இருக்கப்பெற்றால் அவர் எண்ணியவற்றை எண்ணியவாறே அடைவர்.

667. உருவுகண்டு எள்ளாமை வேண்டும் உருள்பெருந்தேர்க்கு
     அச்சுஆணி அன்னார் உடைத்து.

உருளும் பெரிய தேர்க்கு அச்சில் இருந்து தாங்கும் சிறிய ஆணி போன்றவர்கள் உலகத்தில் உள்ளனர், அவர்களுடைய உருவின் சிறுமையைக்கண்டு இகழக்கூடாது.

668. கலங்காது கண்ட வினைக்கண் துளங்காது
     தூக்கம் கடிந்து செயல்.

மனம் தளராமல் ஆராய்ந்து துணிந்து ஏற்ற தொழிலைச் சோர்வு கொள்ளாமல் காலந் தாழ்த்தாமல் செய்து முடிக்க வேண்டும்.

669. துன்பம் உறவரினும் செய்க துணிவுஆற்றி
     இன்பம் பயக்கும் வினை.

(முடிவில்) இன்பம் கொடுக்கும் தொழிலைச் செய்யும்போது துன்பம் மிக வந்தபோதிலும் துணிவு மேற்கொண்டு செய்து முடிக்க வேண்டும்.

670. எனைத்திட்பம் எய்தியக் கண்ணும் வினைத்திட்பம்
     வேண்டாரை வேண்டாது உலகு.

வேறு எத்தகைய உறுதி உடையவராக இருந்தாலும், செய்யும் தொழிலில் உறுதி இல்லாதவரை உலகம் விரும்பிப் போற்றாது.

68. வினைசெயல்வகை

671. சூழ்ச்சி முடிவு துணிவுஎய்தல் அத்துணிவு
தாழ்ச்சியுள் தங்குதல் தீது.

ஆராய்ந்து எண்ணுவதற்கு எல்லை துணிவு கொள்வதே ஆகும், அவ்வாறு கொண்ட துணிவு காலந் தாழ்ந்து நிற்பது குற்றமாகும்.

672. தூங்குக தூங்கிச் செயற்பால; தூங்கற்க
தூங்காது செய்யும் வினை.

காலந்தாழ்த்தி செய்யத்தக்கவற்றைக் காலந்தாழ்ந்தே செய்ய வேண்டும், காலந்தாழ்த்தாமல் விரைந்து செய்யவேண்டிய செயல்களைச் செய்ய காலந்தாழ்த்தக்கூடாது.

673. ஒல்லும்வாய் எல்லாம் வினைநன்றே; ஒல்லாக்கால்
செல்லும்வாய் நோக்கிச் செயல்.

இயலுமிடத்தில் எல்லாம் செயலைச் செய்து முடித்தல் நல்லது, இயலவில்லையானால் பயன்படும் இடம் நோக்கியாவது செய்ய வேண்டும்.

674. வினைபகை என்றுஇரண்டின் எச்சம் நினையுங்கால்
தீஎச்சம் போலத் தெறும்.

செய்யத்தொடங்கிய செயல், கொண்ட பகை என்று இவ்விரண்டின் குறை ஆராய்ந்து பார்த்தால், தீயின் குறைபோல் தெரியாமல் வளர்ந்து கெடுக்கும்.

675. பொருள்கருவி காலம் வினைஇடனொடு ஐந்தும்
இருள்தீர எண்ணிச் செயல்.

வேண்டிய பொருள், ஏற்றகருவி, தக்க காலம், மேற்கொண்ட தொழில், உரிய இடம் ஆகிய ஐந்தினையும் மயக்கம் தீர எண்ணிச் செய்ய வேண்டும்.

திருக்குறள் / II. பொருட்பால் / 2. அமைச்சியல்

676. முடிவும் இடையூறும் முற்றியாங்கு எய்தும்
படுபயனும் பார்த்துச் செயல்.

செயலை முடிக்கும் வகையும், வரக்கூடிய இடையூறும், முடிந்தபோது கிடைக்கும் பெரும்பயனும் ஆகியவற்றை ஆராய்ந்து செய்ய வேண்டும்.

677. செய்வினை செய்வான் செயல்முறை அவ்வினை
உள்ளறிவான் உள்ளம் கொளல்.

செயலைச் செய்கின்றவன் செய்ய வேண்டிய முறை, அச்செயலின் உண்மையான இயல்பை அறிந்தவனுடைய கருத்தைத் தான் ஏற்றுக்கொள்ளவதாகும்

678. வினையால் வினையாக்கிக் கோடல் நனைகவுள்
யானையால் யானையாத் தற்று.

ஒரு செயலைச் செய்யும்போது அச்செயலால் மற்றொரு செயலையும் செய்து முடித்துக்கொள்ளல், ஒரு யானையால் மற்றொரு யானையைப் பிடித்தலைப் போன்றது.

679. நட்டார்க்கு நல்ல செயலின் விரைந்ததே
ஒட்டாரை ஒட்டிக் கொளல்.

பகைவராக உள்ளவரைப் பொருந்துமாறு சேர்த்துக்கொள்ளல், நண்பர்க்கு உதவியானவற்றை செய்தலைவிட விரைந்து செய்யத்தக்கதாகும்.

680. உறைசிறியார் உள்நடுங்கல் அஞ்சிக் குறைபெறின்
கொள்வர் பெரியார்ப் பணிந்து.

வலிமை குறைந்தவர், தம்மை சார்ந்துள்ளவர் நடுங்குவதற்காக தாம் அஞ்சி, வேண்டியது கிடைக்குமானால் வலிமைமிக்கவரைப் பணிந்தும் ஏற்றுக்கொள்வர்.

69. தூது

681. அன்புடைமை ஆன்ற குடிப்பிறத்தல் வேந்துஅவாம்
பண்புடைமை தூதுஉரைப்பான் பண்பு.

அன்புடையவனாதல், தகுதியான குடிப்பிறப்பு உடையவனாதல் அரசர் விரும்பும் சிறந்த பண்பு உடையவனாதல், ஆகிய இவை தூது உரைப்பவனுடைய தகுதிகள்.

682. அன்புஅறிவு ஆராய்ந்த சொல்வன்மை தூதுஉரைப்பார்க்கு
இன்றி யமையாத மூன்று.

அன்பு, அறிவு, ஆராய்ந்து சொல்கின்ற சொல்வன்மை ஆகிய இவை மூன்றும் தூது உரைப்பவர்க்கு இன்றியமையாத மூன்று பண்புகளாகும்.

683. நூலாருள் நூல்வல்லன் ஆகுதல் வேலாருள்
வென்றி வினையுரைப்பான் பண்பு.

அரசனிடம் சென்று தன் அரசனுடைய வெற்றிக்கு காரணமான செயலைப் பற்றித் தூது உரைப்பவன் திறம் நூலறிந்தவருள் நூல் வல்லவனாக விளங்குதல் ஆகும்.

684. அறிவுஉரு ஆராய்ந்த கல்விஇம் மூன்றன்
செறிவுடையான் செல்க வினைக்கு.

இயற்கை அறிவு, விரும்பத்தக்க தோற்றம், ஆராய்ச்சி உடைய கல்வி ஆகிய இம்மூன்றின் பொருத்தம் உடையவன் தூது உரைக்கும் தொழிலுக்குச் செல்லலாம்.

685. தொகச்சொல்லித் தூவாத நீக்கி நகச்சொல்லி
நன்றி பயப்பதாம் தூது.

பலவற்றைத் தொகுத்து சொல்லியும், அவற்றுள் பயனற்றவைகளை நீக்கியும், மகிழுமாறு சொல்லியும் தன் தலைவனுக்கு நன்மை உண்டாக்குகின்றவன் தூதன்.

686. கற்றுக்கண் அஞ்சான் செலச்சொல்லிக் காலத்தால்
தக்கது அறிவதாம் தூது.

கற்பன கற்று, பிறருடைய பகையான பார்வைக்கு அஞ்சாமல் கேட்பவர் உள்ளத்தில் பதியுமாறு சொல்லி, காலத்திற்குப் பொருத்தமானதை அறிகின்றவனே தூதன்.

687. கடன்அறிந்து காலம் கருதி இடன்அறிந்து
எண்ணி உரைப்பான் தலை.

தன் கடமை இன்னதென்று தெளிவாக அறிந்து, அதைச் செய்வதற்கு ஏற்றகாலத்தை எதிர்நோக்கி தக்க இடத்தையும் ஆராய்ந்து சொல்கின்றவனே தூதன்.

688. தூய்மை துணைமை துணிவுடைமை இம்மூன்றின்
வாய்மை வழியுரைப்பான் பண்பு.

தூய ஒழுக்கம், துணை, துணிவு இந்த மூன்றும் வாய்த்திருத்தலே தூது உரைப்பவனுடைய தகுதியாகும்.

689. விடுமாற்றம் வேந்தர்க்கு உரைப்பான் வடுமாற்றம்
வாய்சோரா வண்கணவன்.

குற்றமான சொற்களை வாய் சோர்ந்தும் சொல்லாத உறுதி உடையவனே அரசன் சொல்லியனுப்பிய சொற்களை மற்ற வேந்தர்க்கு உரைக்கும் தகுதியுடையவன்.

690. இறுதி பயப்பினும் எஞ்சாது இறைவற்கு
உறுதி பயப்பதாம் தூது.

தனக்கு அழிவே தருவதாக இருந்தாலும் அதற்காக அஞ்சி விட்டுவிடாமல், தன் அரசனுக்கு நன்மை உண்டாகுமாறு செய்கின்றவனே தூதன்.

70. மன்னரைச் சேர்ந்தொழுகல்

691. அகலாது அணுகாது தீக்காய்வார் போல்க
இகல்வேந்தர்ச் சேர்ந்துஒழுகு வார்.

அரசரைச் சார்ந்து வாழ்கின்றவர், அவரை மிக நீங்காமலும், மிக அணுகாமலும் நெருப்பில் குளிர் காய்கின்றவர்போல இருக்க வேண்டும்.

692. மன்னர் விழைப விழையாமை மன்னரால்
மன்னிய ஆக்கம் தரும்.

அரசர் விரும்புகின்றவர்களைத் தாம் விரும்பாமலிருத்தல் (அரசரைச் சார்ந்திருப்பவர்க்கு) அரசரால் நிலையான ஆக்கத்தைப் பெற்றுத் தரும்.

693. போற்றின் அரியவை போற்றல் கடுத்தபின்
தேற்றுதல் யார்க்கும் அரிது.

(அரசரைச் சார்ந்தவர்) தம்மைக் காத்துக்கொள்ள விரும்பினால் அரிய தவறுகள் நேராமல் காத்துக்கொள்ள வேண்டும், ஐயுற்ற பின் அரசரைத் தெளிவித்தல் எவர்க்கும் முடியாது.

694. செவிச்சொல்லும் சேர்ந்த நகையும் அவித்துஒழுகல்
ஆன்ற பெரியா ரகத்து.

வல்லமை அமைந்த பெரியாரிடத்தில் (மற்றொருவன்) செவியை நெருங்கிச் சொல்லுதல் உடன் சேர்ந்து நகைத்தலும் செய்யாமல் ஒழுக வேண்டும்.

695. எப்பொருளும் ஓரார் தொடரார்மற்று அப்பொருளை
விட்டக்கால் கேட்க மறை.

(அரசர் மறைபொருள் பேசும்போது) எப்பொருளையும் உற்று கேட்காமல் தொடர்ந்து வினவாமல் அப்பொருளை அவரே விட்டுச் சொன்னபோது கேட்டறிய வேண்டும்.

696. குறிப்புஅறிந்து காலம் கருதி வெறுப்புஇல
வேண்டுப வேட்பச் சொலல்.

அரசருடையக் குறிப்பை அறிந்து தக்க காலத்தை எதிர்நோக்கி, வெறுப்பில்லாதவற்றையும் விருப்பமானவற்றையும் அவர் விரும்புமாறுச் சொல்ல வேண்டும்.

697. வேட்பன சொல்லி வினையில எஞ்ஞான்றும்
கேட்பினும் சொல்லா விடல்.

அரசர் விரும்புகின்றவற்றை மட்டும் சொல்லிப் பயனில்லாதவற்றை அவரே கேட்டபோதிலும் சொல்லாமல்விட வேண்டும்.

698. இளையர் இனமுறையர் என்றுஇகழார் நின்ற
ஒளியோடு ஒழுகப் படும்.

(அரசரை) எமக்கு இளையவர், எமக்கு இன்ன முறை உடையவர் என்று இகழாமல் அவருடைய நிலைக்கு ஏற்றவாறு அமைந்த புகழுடன் பொருந்த நடக்க வேண்டும்.

699. கொளப்பட்டேம் என்றுஎண்ணிக் கொள்ளாத செய்யார்
துளக்கற்ற காட்சி யவர்.

அசைவற்ற தெளிந்த அறிவினை உடையவர் யாம் அரசரால் விரும்பப்பட்டோம் என்று எண்ணி அவர் விரும்பாதவற்றைச் செய்யமாட்டார்.

700. பழையம் எனக்கருதிப் பண்புஅல்ல செய்யும்
கெழுதகைமை கேடு தரும்.

யாம் அரசர்க்கு பழைமையானவராய் உள்ளோம் எனக் கருதித் தகுதி அல்லாதவற்றைச் செய்யும் உரிமை கேட்டைத்தரும்.

71. குறிப்பறிதல்

**701. கூறாமை நோக்கிக் குறிப்பறிவான் எஞ்ஞான்றும்
மாறாநீர் வையக்கு அணி.**

ஒருவர் சொல்லாமலே அவருடைய முகத்தை நோக்கி அவர் கருதிய குறிப்பை அறிகின்றவன் எப்போதும் உலகத்திற்கு ஓர் அணிகலன் ஆவான்.

**702. ஐயப் படாஅது அகத்தது உணர்வானைத்
தெய்வத்தோடு உப்பக் கொளல்.**

ஐயப்படாமல் மனத்தில் உள்ளதை உணரவல்லவனை (அவன் மனிதனே ஆனாலும்) தெய்வத்துக்கு ஒப்பாகக் கொள்ள வேண்டும்.

**703. குறிப்பின் குறிப்புஉணர் வாரை உறுப்பினுள்
யாது கொடுத்தும் கொளல்.**

(முகம் கண் இவற்றின்) குறிப்புகளால் உள்ள குறிப்பை உணரவல்லவரை நாட்டின் உறுப்புகளுள் எதைக் கொடுத்தாவது துணையாக பெற்றுக்கொள்ளவேண்டும்.

**704. குறித்தது கூறாமைக் கொள்வாரோடு ஏனை
உறுப்புஓர் அனையரால் வேறு.**

ஒருவன் மனதில் கருதியதை அவன் கூறாமலே அறிந்து கொள்ள வல்லவரோடு மற்றவர் உறுப்பால் ஒத்தவராக இருந்தாலும் அறிவால் வேறுபட்டவர் ஆவார்.

**705. குறிப்பின் குறிப்புஉணரா ஆயின் உறுப்பினுள்
என்ன பயத்தவோ கண்.**

(முகம் கண் இவற்றின்) குறிப்புகளால் உள்ளக்குறிப்பை உணராவிட்டால், ஒருவனுடைய உறுப்புகளுள் கண்கள் என்ன பயன்படும்.

706. அடுத்தது காட்டும் பளிங்குபோல் நெஞ்சம்
கடுத்தது காட்டும் முகம்.

தன்னை அடுத்த பொருளைத் தன்னிடம் காட்டும் பளிங்கு போல், ஒருவனுடைய நெஞ்சில் மிகுந்துள்ளதை அவனுடைய முகம் காட்டும்.

707. முகத்தின் முதுக்குறைந்தது உண்டோ உவப்பினும்
காயினும் தான்முந் துறும்.

ஒருவன் விருப்பம் கொண்டாலும், வெறுப்புக்கொண்டாலும் அவனுடைய முகம் முற்பட்டு அதைத் தெரிவிக்கும், அம் முகத்தைவிட அறிவுமிக்கது உண்டோ?

708. முகம்நோக்கி நிற்க அமையும் அகம்நோக்கி
உற்றது உணர்வார்ப் பெறின்.

உள்ளக் குறிப்பை நோக்கி உற்றதை உணரவல்லவரைப் பெற்றால், (அவரிடம் எதையும் கூறாமல்) அவருடைய முகத்தை நோக்கி நின்றால்போதும்.

709. பகைமையும் கேண்மையும் கண்உரைக்கும் கண்ணின்
வகைமை உணர்வார்ப் பெறின்.

கண்பார்வையின் வேறுபாடுகளை உணரவல்லவரைப் பெற்றால் (ஒருவனுடைய மனதில் உள்ள) கையையும், நட்பையும் அவனுடைய கண்களே சொல்லிவிடும்.

710. நுண்ணியம் என்பார் அளக்குங்கோல் காணுங்கால்
கண்அல்லது இல்லை பிற.

யாம் நுட்பமான அறிவுடையோம் என்று பிறர் கருத்தை அறிபவரின் அளக்குங்கோல், ஆராய்ந்து பார்த்தால் அவனுடைய கண்களே அல்லாமல் வேறு இல்லை.

72. அவை அறிதல்

711. அவைஅறிந்து ஆராய்ந்து சொல்லுக சொல்லின்
தொகைஅறிந்த தூய்மை யவர்.

சொற்களின் தொகுதி அறிந்த தூய்மை உடையவர், அவைக் களத்தின் தன்மை அறிந்து ஏற்ற சொற்களை ஆராய்ந்து சொல்ல வேண்டும்.

712. இடைதெரிந்து நன்குஉணர்ந்து சொல்லுக சொல்லின்
நடைதெரிந்த நன்மை யவர்.

சொற்களின் தன்மையை ஆராய்ந்த நன்மை உடையவர், அவையின் செவ்வியை ஆராய்ந்து நன்றாக உணர்ந்து சொல்ல வேண்டும்.

713. அவைஅறியார் சொல்லல்மேற் கொள்பவர் சொல்லின்
வகையறியார் வல்லதூஉம் இல்.

அவையின் தன்மை அறியாமல் சொல்லுதலை மேற்கொள்கின்றவர், சொற்களின் வகை அறியாதவரே, அவர் சொல்லவல்லதும் இல்லை.

714. ஒளியார்முன் ஒள்ளியர் ஆதல் வெளியார்முன்
வான்சுதை வண்ணம் கொளல்.

அறிவிற் சிறந்தவரின் முன் தானும் அறிவிற் சிறந்தவராக நடந்து கொள்ள வேண்டும், அறிவில்லாதவர் முன் தாமும் வெண் கண்ணம்போல் அறிவில்லாதவராய் இருக்க வேண்டும்.

715. நன்றுஎன்ற வற்றுள்ளும் நன்றே முதுவருள்
முந்து கிளவாச் செறிவு.

அறிவு மிகுந்தவரிடையே முந்திச்சென்று பேசாத அடக்கம் ஒருவனுக்கு நன்மை என்று சொல்லப்பட்டவை எல்லாவற்றிலும நல்லது.

716. ஆற்றின் நிலைதளர்ந் தற்றே வியன்புலம்
ஏற்றுஉணர்வார் முன்னர் இழுக்கு.

விரிவான அறிவுத்துறைகளை அறிந்து உணர்கின்றவரின் முன்னே குற்றப்படுதல், ஒழுக்க நெறியிலிருந்து நிலை தளர்ந்து கெடுவதைப் போன்றதாகும்.

717. கற்றறிந்தார் கல்வி விளங்கும் கசடறச்
சொல்தெரிதல் வல்லார் அகத்து.

குற்றமற சொற்களை ஆராய்வதில் வல்ல அறிஞர்களிடத்தில் பல நூல்களைக் கற்றறிந்தவரின் கல்வியானது நன்றாக விளங்கித் தோன்றும்.

718. உணர்வது உடையார்முன் சொல்லல் வளர்வதன்
பாத்தியுள் நீர்சொரிந் தற்று.

தாமே உணர்கின்ற தன்மை உடையவரின் முன் கற்றவர் பேசுதல், தானே வளரும் பயிருள்ள பாத்தியில் நீரைச் சொரிந்தாற்போன்றது.

719. புல்லவையுள் பொச்சாந்தும் சொல்லற்க நல்லவையுள்
நன்கு செலச்சொல்லு வார்.

நல்ல அறிஞரின் அவையில் நல்ல பொருளை மனதில் பதியுமாறு சொல்லவல்லவர், அறிவில்லாதவரின் கூட்டத்தில் மறந்தும் பேசக்கூடாது.

720. அங்கணத்துள் உக்க அமிழ்தற்றால் தம்கணத்தர்
அல்லார்முன் கோட்டி கொளல்.

தன் இனத்தார் அல்லாதவரின் கூட்டத்தில் முன் ஒரு பொருளைப்பற்றி பேசுதல், தூய்மையில்லாத முற்றத்தில் சிந்திய அமிழ்தம் போன்றது.

73. அவை அஞ்சாமை

721. வகைஅறிந்து வல்லவை வாய்சோரார் சொல்லின்
தொகைஅறிந்த தூய்மை யவர்.

சொற்களின் தூய்மை தொகுதி அறிந்த தூய்மை உடையவர், அவைக்களத்தின் வகையினை அறிந்து, வல்லவறின் அவையில் வாய் சோர்ந்து பிழை சொல்லமாட்டார்.

722. கற்றாருள் கற்றார் எனப்படுவர் கற்றார்முன்
கற்ற செலச்சொல்லு வார்.

கற்றவரின் முன் தாம் கற்றவைகளை அவருடைய மனதில் பதியுமாறு சொல்லவல்லவர், கற்றவர் எல்லாரிலும் கற்றவராக மதித்துச் சொல்லப்படுவார்.

723. பகையகத்துச் சாவார் எளியர் அரியர்
அவையகத்து அஞ்சா தவர்.

பகைவர் உள்ள போர்க்களத்தில் (அஞ்சாமல் சென்று) சாகத் துணிந்தவர் உலகத்தில் பலர், கற்றவரின் அவைக் களத்தில் பேச வல்லவர் சிலரே.

724. கற்றார்முன் கற்ற செலச்சொல்லித் தாம்கற்ற
மிக்காருள் மிக்க கொளல்.

கற்றவரின் முன் தான் கற்றவைகளை அவருடைய மனதில் பதியுமாறு சொல்லி, மிகுதியாகக் கற்றவரிடம் அம்மிகுதியான கல்வியைக் அறிந்து கொள்ளவேண்டும்.

725. ஆற்றின் அளவுஅறிந்து கற்க அவைஅஞ்சா
மாற்றம் கொடுத்தல் பொருட்டு.

அவையில் (ஒன்றைக் கேட்டவர்க்கு) அஞ்சாது விடைகூறும் பொருட்டாக நூல்களைக் கற்கும் நெறியில் அளவை நூல் அறிந்து கற்க வேண்டும்.

**726. வாளொடுஎன் வன்கண்ணர் அல்லார்க்கு நூலொடுஎன்
நுண்ணவை அஞ்சு பவர்க்கு.**

அஞ்சாத வீரர் அல்லாத மற்றவர்க்கு வாளோடு என்ன தொடர்பு உண்டு, நுண்ணறிவுடையவரின் அவைக்கு அஞ்சுகின்றவர்க்கு நூலோடு என்ன தொடர்பு உண்டு?

**727. பகையகத்துப் பேடிகை ஒள்வாள் அவையகத்து
அஞ்சு மவன்கற்ற நூல்.**

அவையினிடத்தில் அஞ்சுகின்றவன் கற்ற நூல், பகைவரின் போர்க்களத்தில் அஞ்சுகின்ற பேடியின் கையில் உள்ள கூர்மையான வாள் போன்றது.

**728. பல்லவை கற்றும் பயம்இலரே நல்லவையுள்
நன்கு செலச்சொல்லா தார்.**

நல்ல அறிஞரின் அவையில் நல்ல பொருளைக் கேட்பவர் மனதில் பதியுமாறு சொல்லமுடியாதவர், நூல்களைக் கற்றாலும் பயன் இல்லாதவரே.

**729. கல்லா தவரின் கடையென்ப கற்றுஅறிந்தும்
நல்லார் அவைஅஞ்சு வார்.**

நூல்களைக் கற்றறிந்தபோதிலும் நல்ல அறிஞரின் அவைக்கு அஞ்சுகின்றவர், கல்லாதவரைவிடக் கடைப்பட்டவர் என்று கூறுவர்.

**730. உளர்எனினும் இல்லாரொடு ஒப்பர் களன்அஞ்சிக்
கற்ற செலச்சொல்லா தார்.**

அவைக்களத்திற்கு அஞ்சித் தாம் கற்றவைகளைக் (கேட்பவர் மனத்தில்) பதியுமாறு சொல்ல முடியாதவர், உயிரோடு வாழ்ந்தலும் இறந்தவர்க்கு ஒப்பாவர்.

74. நாடு

731. தள்ளா விளையுளும் தக்காரும் தாழ்வுஇலாச்
செல்வரும் சேர்வது நாடு.

குறையாத விளைபொருளும் தக்க அறிஞரும் கேடில்லாத செல்வம் உடையவரும் கூடிப் பொருந்தியுள்ள நாடே நாடாகும்.

732. பெரும்பொருளால் பெட்டக்க தாகி அருங்கேட்டால்
ஆற்ற விளைவது நாடு.

மிக்க பொருள் வளம் உடையதாய், எல்லோரும் விரும்பத்தக்கதாய், கேடு இல்லாததாய், மிகுதியாக விளைபொருள் தருவதே நாடாகும்.

733. பொறைஒருங்கு மேல்வருங்கால் தாங்கி இறைவற்கு
இறைஒருங்கு நேர்வது நாடு.

மற்ற நாட்டு மக்கள் குடியேறுவதால் சுமை ஒரு சேரத் தன் மேல் வரும்போது தாங்கி, அரசனுக்கு இறைபொருள் முழுதும் தர வல்லது நாடாகும்.

734. உறுபசியும் ஓவாப் பிணியும் செறுபகையும்
சேராது இயல்வது நாடு.

மிக்க பசியும், ஓயாத நோயும் (வெளியே வந்து தாக்கி) அழிவு செய்யும் பகையும் தன்னிடம் சேராமல் நல்ல வகையில் நடைபெறுவதே நாடாகும்.

735. பல்குழுவும் பாழ்செய்யும் உட்பகையும் வேந்துஅலைக்கும்
கொல்குறும்பும் இல்லது நாடு.

பல வகை மாறுபடும் கூட்டங்களும், உடனிருந்தே அழிவு செய்யும் பகையும், அரசனை வருத்துகின்ற கொலைத் தொழில் பொருந்திய குறுநில மன்னரும் இல்லாதது நாடு.

736. கேடுஅறியாக் கெட்ட இடத்தும் வளங்குன்றா
நாடுஎன்ப நாட்டின் தலை.

பகைவரால் கெடுக்கப்படாததாய், கெட்டுவிட்ட காலத்திலும் வளம் குன்றாததாய் உள்ள நாடே நாடுகள் எல்லாவற்றிலும் தலைமையானது என்று கூறுவர்.

737. இருபுனலும் வாய்ந்த மலையும் வருபுனலும்
வல்லரணும் நாட்டிற்கு உறுப்பு.

ஊற்றும் மழையுமாகிய இருவகை நீர்வளமும், தக்கவாறு அமைந்த மலையும் அந்த மலையிலிருந்து ஆறாக வரும் நீர் வளமும் வலிய அரணும் நாட்டுக்கு உறுப்புகளாகும்.

738. பிணியின்மை செல்வம் விளைவுஇன்பம் ஏமம்
அணிஎன்ப நாட்டிற்குஇவ் வைந்து.

நோயில்லாதிருத்தல், செல்வம், விளை பொருள், வளம், இன்பவாழ்வு, நல்ல காவல் இந்த ஐந்தும் நாட்டுக்கு அழகு என்று கூறுவர்.

739. நாடுஎன்ப நாடா வளத்தன; நாடுஅல்ல
நாட வளம்தரு நாடு.

முயற்சி செய்து தேடாமலேயே தரும் வளத்தை உடைய நாடுகளைச் சிறந்த நாடுகள் என்று கூறுவர், தேடி முயன்றால் வளம் தரும் நாடுகள் சிறந்த நாடுகள் அல்ல.

740. ஆங்குஅமைவு எய்தியக் கண்ணும் பயமின்றே
வேந்துஅமை வில்லாத நாடு.

நல்ல அரசன் பொருந்தாத நாடு, மேற்சொன்ன நன்மைகள் எல்லாம் அமைதிருந்தபோதிலும் அவற்றால் பயன் இல்லாமல் போகும்.

75. அரண்

741. ஆற்று பவர்க்கும் அரண்பொருள்; அஞ்சித்தன்
போற்று பவர்க்கும் பொருள்.

போர் செய்யச் செல்பவர்க்கும் (படையெடுத்தும்) அரண சிறந்ததாகும், அஞ்சித் தன்னை புகழிடமாக அடைந்தவர்க்கும் (படையெடுத்தவர்க்கு) அது சிறந்ததாகும்.

742. மணிநீரும் மண்ணும் மலையும் அணிநிழல்
காடும் உடையது அரண்.

மணிபோல் தெளிந்த நீர், வெட்ட வெளியான நிலம், மலை, அழகிய நிழல் உடைய காடு இவை நான்கும் உள்ளதே அரண் ஆகும்.

743. உயர்வுஅகலம் திண்மை அருமைஇந் நான்கின்
அமைவுஅரண் என்றுஉரைக்கும் நூல்.

உயரம், அகலம், உறுதி, பகைவரால் அழிக்க முடியாத அருமை ஆகிய இந்த நான்கும் அமைந்திப்பதே அரண் என்று நூலோர் கூறுவர்.

744. சிறுகாப்பின் பேரிடத்த தாகி உறுபகை
ஊக்கம் அழிப்பது அரண்.

காக்க வேண்டிய இடம் சிறியதாய், மற்ற இடம் பெரிய பரப்புள்ளதாய், தன்னை எதிர்த்துவந்த பகைவரிருடைய ஊக்கத்தை அழிக்க வல்லது அரண் ஆகும்.

745. கொளற்கு அரிதாய்க் கொண்டகூழ்த் தாகிஅகத்தார்
நிலைக்குஎளிதாம் நீரது அரண்.

பகைவரால் கைப்பற்ற முடியாததாய், தன்னிடம் உணவு பொருள் கொண்டதாய், உள்ளிருப்போர் நிலைத்திருப்பதற்கு எளிதாகிய தன்மை உடையது அரண்.

746. எல்லாப் பொருளும் உடைத்தாய் இடத்துஉதவும்
 நல்ஆள் உடையது அரண்.

தன்னிடம் (உள்ளவர்க்கு) எல்லாப் பொருளும் உடையதாய், போர் நெருக்கடியானவிடத்தில் உதவவல்ல நல்ல வீரர்களை உடையது அரண் ஆகும்.

747. முற்றியும் முற்றாது எறிந்தும் அறைப்படுத்தும்
 பற்றற்கு அரியது அரண்.

முற்றுகையிட்டும் முற்றுகையிடாமல் போர் செய்தும், வஞ்சனை செய்தும் எப்படியும் பகைவரால் கைப்பற்ற முடியாத அருமை உடையது அரண் ஆகும்.

748. முற்றுஆற்றி முற்றி யவரையும் பற்றுஆற்றிப்
 பற்றியார் வெல்வது அரண்.

முற்றுகையிடுவதில் வல்லமை கொண்டு முற்றுகை இட்டவரையும், (உள்ளிருந்தவர் பற்றிய) பற்றை விடாமலிருந்து வெல்வதற்கு உரியது அரண் ஆகும்.

749. முனைமுகத்து மாற்றலர் சாய வினைமுகத்து
 வீறுஎய்தி மாண்டது அரண்.

போர் முனையில் பகைவர் அழியும்படியாக (உள்ளி ருந்தவர்செய்யும்) போர்ச் செயல்வகையால் பெருமை பெற்றுச் சிறப்புடையதாய் விளங்குவது அரண் ஆகும்.

750. எனைமாட்சித்து ஆகியக் கண்ணும் வினைமாட்சி
 இல்லார்கண் இல்லது அரண்.

எத்தகைய பெருமையை உடையதாக இருந்தபோதிலும், செயல்வகையால் சிறப்பு இல்லாதவரிடத்தில் அரண் பயனில்லாததாகும்.

76. பொருள் செயல்வகை

751. பொருள்அல் லவரைப் பொருளாகச் செய்யும்
பொருள்அல்லது இல்லை பொருள்.

ஒரு பொருளாக மதிக்கத்தகாதவரையும், மதிப்புடைய வராகச் செய்வதாகிய பொருள் அல்லாமல் சிறப்புடைய பொருள் வேறு இல்லை.

752. இல்லாரை எல்லாரும் எள்ளுவர் செல்வரை
எல்லாரும் செய்வர் சிறப்பு.

பொருள் இல்லாதவரை (வேறு நன்மை உடையவராக இருந்தாலும்) எல்லாரும் இகழ்வார், செல்வரை (வேறு நன்மை இல்லாவிட்டாலும்) எல்லாரும் சிறப்பு செய்வர்.

753. பொருளென்னும் பொய்யா விளக்கம் இருள்அறுக்கும்
எண்ணிய தேயத்துச் சென்று.

பொருள் என்று சொல்லப்படுகின்ற நந்தா விளக்கு, நினைத்த இடத்திற்குச் சென்று உள்ள இடையூறைக் கெடுக்கும்.

754. அறன்ஈனும் இன்பமும் ஈனும் திறன்அறிந்து
தீதுஇன்றி வந்த பொருள்.

சேர்க்கும் திறம் அறிந்து தீமை ஒன்றும் இல்லாமல், சேர்க்கப்பட்டு வந்த பொருள் ஒருவனுக்கு அறத்தையும் கொடுக்கும் இன்பத்தையும் கொடுக்கும்.

755. அருளொடும் அன்பொடும் வாராப் பொருள்ஆக்கம்
புல்லார் புரள விடல்.

அருளோடும், அன்போடும் பொருந்தாத வழிகளில் வந்த செல்வத்தின் ஆக்கத்தைப் பெற்று மகிழாமல் அதைத் தீமையானது என்று நீக்கிவிட வேண்டும்.

திருக்குறள் / II. பொருட்பால் / 4. கூழியல்

756. உறுபொருளும் உல்கு பொருளும்தன் ஒன்னார்த்
தெறுபொருளும் வேந்தன் பொருள்.

இறையாக வந்து சேரும் பொருளும், சுங்கமாகக்கொள்ளும் பொருளும், தன் பகைவரை வென்று திறமையாகக் கொள்ளும் பொருளும் அரசனுடைய பொருள்களாகும்.

757. அருள்என்னும் அன்புஈன் குழவி பொருள்என்னும்
செல்வச் செவிலியால் உண்டு.

அன்பினால் பெறப்பட்ட அருள் என்று கூறப்படும் குழந்தை, பொருள் என்று கூறப்படும் செல்வமுள்ள செவிலித் தாயால் வளர்வதாகும்.

758. குன்றுஏறி யானைப்போர் கண்டற்றால் தன்கைத்துஒன்று
உண்டாகச் செய்வான் வினை.

தன் கைப்பொருள் ஒன்று தன்னிடம் இருக்க அதைக்கொண்டு ஒருவன் செயல் செய்தால், மலையின் மேல் ஏறி யானைப் போரைக் கண்டாற்போன்றது.

759. செய்க பொருளை செறுநர் செருக்கறுக்கும்
எஃகுஅதனின் கூரியது இல்.

ஒருவன் பொருளை ஈட்டவேண்டும், அவனுடைய பகைவரின் செருக்கைக் கெடுக்கவல்ல வாள் அதைவிடக் கூர்மையானது வேறு இல்லை.

760. ஒண்பொருள் காழ்ப்ப இயற்றியார்க்கு எண்பொருள்
ஏனை இரண்டும் ஒருங்கு.

சிறந்ததாகிய பொருளை மிகுதியாக ஈட்டியவர்க்கு, மற்ற அறமும் இன்பமுமாகிய இரண்டும் ஒரு சேர்க்கைகூடும் எளிய பொருளாகும்.

77. படை மாட்சி

761. உறுப்புஅமைந்து ஊறுஅஞ்சா வெல்படை வேந்தன்
வெறுக்கையுள் எல்லாம் தலை.

எல்லா உறுப்புகளும் நிறைந்ததாய் இடையூறுகளுக்கு அஞ்சாததாய் உள்ள வெற்றி தரும் படை, அரசனுடைய செல்வங்கள் எல்லாவற்றிலும் சிறந்ததாகும்.

762. உலைவுஇடத்து ஊறுஅஞ்சா வன்கண் தொலைவுஇடத்துத்
தொல்படைக்கு அல்லால் அரிது.

போரில் அழிவு வந்தவிடத்தில் வலிமை குன்றினாலும், இடையூறுகளுக்கு அஞ்சாத அஞ்சாமை தொன்று தொட்டுப்பெருமை உடைய படைக்கு அல்லாமல் முடியாது.

763. ஒலித்தக்கால் என்ஆம் உவரி எலிப்பகை
நாகம் உயிர்ப்பக் கெடும்.

எலியாகிய பகைக்கூடி கடல்போல் ஒலித்தாலும் என்ன தீங்கு ஏற்படும், பாம்பு மூச்சு விட்ட அளவில் அவை கெட்டழியும்.

764. அழிவுஇன்று அறைபோகாது ஆகி வழிவந்த
வன்க ணதுவே படை.

(போர் முனையில்) அழிவு இல்லாததாய் (பகைவருடைய) வஞ்சனைக்கு இரையாகாததாய், தொன்றுதொட்டு வந்த அஞ்சாமை உடையதே படையாகும்.

765. கூற்றுஉடன்று மேல்வரினும் கூடி எதிர்நிற்கும்
ஆற்ற லதுவே படை.

எமனே சினங்கொண்டு தன் மேல் எதிர்த்து வந்தாலும் ஒன்றாகத் திரண்டு எதிர்த்து நிற்கும் ஆற்றல் உடையதே படையாகும்.

766. மறம்மானம் மாண்ட வழிச்செலவு தேற்றம்
எனநான்கே ஏமம் படைக்கு.

வீரம், மானம், சிறந்த வழியில் நடக்கும் நடத்தை, தலைவரால் நம்பித் தெளியப்படுதல் ஆகிய இந்த நான்கு பண்புகளும் படைக்கு சிறந்தவையாகும்.

767. தார்தாங்கிச் செல்வது தானை தலைவந்த
போர்தாங்கும் தன்மை அறிந்து.

தன் மேல் எதிர்த்து வந்த பகைவரின் போரைத் தாங்கி, வெல்லும் தன்மை அறிந்து அவனுடைய தூசிப் படையை எதிர்த்துச் செல்லவல்லதே படையாகும்.

768. அடல்தகையும் ஆற்றலும் இல்எனினும் தானை
படைத்தகையால் பாடு பெறும்.

போர் செய்யும் வீரமும் (எதிர்ப்பைத் தாங்கும்) ஆற்றலும் இல்லையானால் படைத்தன்னுடைய அணிவகுப்பால் பெருமை பெறும்.

769. சிறுமையும் செல்லாத் துனியும் வறுமையும்
இல்லாயின் வெல்லும் படை.

தன் அளவு சிறிதாகத் தேய்தலும், தலைவரிடம் நீங்காத வெறுப்பும் வறுமையும் இல்லாதிருக்குமானால் அத்தகைய படை வெற்றி பெறும்.

770. நிலைமக்கள் சால உடைத்துஎனினும் தானை
தலைமக்கள் இல்வழி இல்.

நெடுங்காலமாக நிலைத்திருக்கும் வீரர் பலரை உடையதே ஆனாலும், தலைமைதாங்கும் தலைவர் இல்லாதபோது படைக்குப் பெருமை இல்லை.

78. படைச் செருக்கு

771. என்ஐமுன் நில்லன்மின் தெவ்விர் பலர்என்ஐ
முன்நின்று கல்நின் றவர்!

பகைவரே! என்னுடைய தலைவர் முன் எதிர்த்து நிற்காதீர்கள், என்னுடைய தலைவர் முன் எதிர்த்து நின்று கல்வடிவாய் நின்றவர் பலர்.

772. கான முயல்எய்த அம்பினில் யானை
பிழைத்தவேல் ஏந்தல் இனிது.

காட்டில் ஓடுகின்ற முயலை நோக்கி குறி தவறாமல் எய்த அம்பை ஏந்துதலைவிட, வெட்டவெளியில் நின்ற யானை மேல் எறிந்து தவறிய வேலை ஏந்துதல் சிறந்தது.

773. பேராண்மை என்ப தறுகண்ஒன்று உற்றக்கால்
ஊராண்மை மற்றுஅதன் எஃகு.

பகைவரை எதிர்த்து நிற்கும் வீரத்தை மிக்க ஆண்மை என்று கூறுவர், ஒரு துன்பம் வந்தபோது பகைவர்க்கும் உதவி செய்தலை அந்த ஆண்மையின் கூர்மை என்று கூறுவர்.

774. கைவேல் களிற்றொடு போக்கி வருபவன்
மெய்வேல் பறியா நகும்.

கையில் ஏந்திய வேலை ஒரு யானையின் மேல் எறிந்து துரத்தி விட்டு, வேறு வேல் தேடி வருகின்றவன் தன் மார்பில் பட்டிருந்த வேலைக் கண்டு பறித்து மகிழ்கின்றான்.

775. விழித்தகண் வேல்கொண்டு எறிய அழித்துஇமைப்பின்
ஓட்டன்றோ வன்க ணவர்க்கு.

பகைவரை சினந்து நோக்கிய கண், அவர் வேலைக்கொண்டு எறிந்தபோது மூடி இமைக்குமானால், அது வீரமுடையவர்க்குத் தோல்வி அன்றோ.

776. விழுப்புண் படாதநாள் எல்லாம் வழுக்கினுள்
வைக்கும்தன் நாளை எடுத்து.

வீரன் தன் கழிந்த நாட்களைக் கணக்கிட்டு, விழுப்புண் படாத நாட்களை எல்லாம் பயன்படாமல் தவறிய நாட்களுள் சேர்ப்பான்.

777. சுழலும் இசைவேண்டி வேண்டா உயிரார்
கழல்யாப்புக் காரிகை நீர்த்து.

பரந்து நிற்கும் புகழை விரும்பி, உயிர்வாழ்வையும் விரும்பாத வீரர், வீரகழலை காலில் கட்டிக்கொள்ளுதல் அழகு செய்யும் தன்மையுடையதாகும்.

778. உறின்உயிர் அஞ்சா மறவர் இறைவன்
செறினும்சீர் குன்றல் இலர்.

போர்வந்தால் உயிரின் பொருட்டு அஞ்சாமல் போர் செய்யத் துணியும் வீரர், அரசன் சினந்தாலும் தம்முடைய சிறப்புக் குன்றாதவர் ஆவர்.

779. இழைத்தது இகவாமைச் சாவாரை யாரே
பிழைத்தது ஒறுக்கிற் பவர்?

தாம் உரைத்த சூள் தவறாதபடி போர் செய்து சாகவல்லவரை, அவர் செய்த பிழைக்காக தண்டிக்கவல்லவர் யார்.

780. புரந்தார்கண் நீர்மல்கச் சாகிற்பின் சாக்காடு
இரந்துகோள் தக்கது உடைத்து.

தம்மைக் காத்த தலைவருடைய கண்கள் நீர் பெருக்குமாறு சாகப் பெற்றால், சாவு இரந்தாவது பெற்றுக்கொள்ளத்தக்க பெருமை உடையதாகும்.

79. நட்பு

**781. செயற்குஅரிய யாவுள நட்பின்? அதுபோல்
வினைக்குஅரிய யாவுள காப்பு?**

நட்பைப்போல் செய்து கொள்வதற்கு அருமையானவை எவை உள்ளன, அதுபோல் தொழிலுக்கு அரிய காவலாக இருப்பவை எவை உள்ளன.

**782. நிறைநீர நீரவர் கேண்மை பிறைமதிப்
பின்நீர பேதையார் நட்பு.**

அறிவுடையவரின் நட்பு பிறை நிறைந்து வருதல் போன்ற தன்மையுடையது, அறிவில்லாதவரின் நட்பு முழுமதி தேய்ந்து பின் செல்லுதல் போன்ற தன்மையுடையன.

**783. நவில்தொறும் நூல்நயம் போலும் பயில்தொறும்
பண்புடை யாளர் தொடர்பு.**

பழகப் பழக நற்பண்பு உடையவரின் நட்பு இன்பம் தருதல், நூலின் நற்பொருள் கற்கக் கற்க மேன்மேலும் இன்பம் தருதலைப் போன்றதாகும்.

**784. நகுதல் பொருட்டன்று நட்டல்; மிகுதிக்கண்
மேற்சென்று இடித்தல் பொருட்டு.**

நட்பு செய்தல் ஒருவரோடு ஒருவர் சிரித்து மகிழும் பொருட்டு அன்று, நண்பர் நெறிக்கடந்து செல்லும்போது முற்பட்டுச் சென்று இடித்துரைப்பதற்காகும்.

**785. புணர்ச்சி பழகுதல் வேண்டா; உணர்ச்சிதான்
நட்புஆம் கிழமை தரும்.**

நட்பு செய்வதற்குத் தொடர்பும் பழக்கமும் வேண்டியதில்லை, ஒத்த உணர்ச்சியே நட்பு ஏற்படுத்துவதற்கு வேண்டிய உரிமையைக் கொடுக்கும்.

786. முகநக நட்பது நட்பன்று; நெஞ்சத்து
அகம்நக நட்பது நட்பு.

முகம் மட்டும் மலரும்படியாக நட்பு செய்வது நட்பு அன்று, அகமும் மலரும்படியாக உள்ளன்பு கொண்டு நட்பு செய்வதே நட்பு ஆகும்.

787. அழிவின் அவைநீக்கி ஆறுஉய்த்து அழிவின்கண்
அல்லல் உழப்பதாம் நட்பு.

அழிவைத் தரும் தீமைகளிலிருந்து நீக்கி, நல்ல வழியில் நடக்கச் செய்து, அழிவு வந்த காலத்தில் உடனிருந்து துன்பப்படுவதே நட்பாகும்.

788. உடுக்கை இழந்தவன் கைபோல ஆங்கே
இடுக்கண் களைவதுஆம் நட்பு.

உடைநெகிழ்ந்தவனுடைய கை, உடனே உதவி காப்பதுபோல் (நண்பனுக்குத் துன்பம் வந்தால்) அப்போதே சென்று துன்பத்தைக் களைவது நட்பு.

789. நட்பிற்கு வீற்றிருக்கை யாதெனில் கொட்பின்றி
ஒல்லும்வாய் ஊன்றும் நிலை.

நட்புக்கு சிறந்த நிலை எது என்றால், எப்போதும் வேறுபடுதல் இல்லாமல், முடியும்போதெல்லாம் உதவி செய்து தாங்கும் நிலையாகும்.

790. இனையர் இவர்எமக்கு இன்னம்யாம் என்று
புனையினும் புல்என்னும் நட்பு.

இவர் எமக்கு இத்தன்மையானவர், யாம் இவர்க்கு இத்தன்மையுடையோம் என்று புனைந்துரைத்தாலும் நட்பு சிறப்பிழந்துவிடும்.

80. நட்பாராய்தல்

791. நாடாது நட்டலின் கேடுஇல்லை; நட்டபின்
வீடுஇல்லை நட்பாள் பவர்க்கு.

நட்பு செய்தபிறகு நட்பை உடையவர்க்கு அதிலிருந்து விடுதலை இல்லை, ஆகையால் ஆராயாமல் நட்பு செய்வதுபோல் கெடுதியானது வேறு இல்லை.

792. ஆய்ந்துஆய்ந்து கொள்ளாதான் கேண்மை கடைமுறை
தான்சாம் துயரம் தரும்.

ஆராய்ந்து ஆராய்ந்து நட்பு கொள்ளாதவனுடைய நட்பு, இறுதியில் தான் சாவதற்குக் காரணமானத் துயரத்தை உண்டாக்கிவிடும்.

793. குணனும் குடிமையும் குற்றமும் குன்றா
இனனும் அறிந்துயாக்க நட்பு.

ஒருவனுடைய குணத்தையும், குடிபிறப்பையும் குற்றத்தையும் குறையாத இனத்தாரின் இயல்பையும் அறிந்து அவனோடு நட்பு கொள்ள வேண்டும்.

794. குடிப்பிறந்து தன்கண் பழிநாணு வானைக்
கொடுத்தும் கொளல்வேண்டும் நட்பு.

உயர்ந்த குடியில் பிறந்து, தன்னிடத்தில் வருகின்ற பழிக்கு நாணுகின்றவனைப் பொருள் கொடுத்தாவது நட்பு கொள்ளவேண்டும்.

795. அழச்சொல்லி அல்லது இடித்து வழக்குஅறிய
வல்லார்நட்பு ஆய்ந்து கொளல்.

நன்மை இல்லாத சொற்களைக் கண்டபோது வருந்தும்படியாக இடிந்து சொல்லி, உலகநடையை அறியவல்லவரின் நட்பை ஆராய்ந்து கொள்ள வேண்டும்.

796. கேட்டினும் உண்டுஓர் உறுதி கிளைஞரை
நீட்டி அளப்பதோர் கோல்.

கேடு வந்தபோதும் ஒருவகை நன்மை உண்டு, அக்கேடு ஒருவனுடைய நண்பரின் இயல்புகளை நீட்டிஅளந்து பார்ப்பதொரு கோலாகும்.

797. ஊதியம் என்பது ஒருவற்குப் பேதையார்
கேண்மை ஒரீஇ விடல்.

ஒருவனுக்கு ஊதியம் என்று சொல்லப்படுவது, அறிவில்லாதவருடன் செய்துகொண்ட நட்பிலிருந்து நீங்கி அவரைக் கைவிடுதலாகும்.

798. உள்ளற்க உள்ளம் சிறுகுவ கொள்ளற்க
அல்லல்கண் ஆற்றுஅறுப்பார் நட்பு.

ஊக்கம் குறைவதற்குக் காரணமான செயல்களை எண்ணாம லிருக்க வேண்டும், அதுபோல் துன்பம் வந்தபோது கைவிடுகின்றவரின் நட்பைக் கொள்ளாதிருக்க வேண்டும்.

799. கெடுங்காலைக் கைவிடுவார் கேண்மை அடும்காலை
உள்ளினும் உள்ளம் சுடும்.

கேடு வரும் காலத்தில் கைவிட்டு ஒதுங்குகின்றவரின் நட்பு, எமன் கொல்லும் காலத்தில் நினைத்தாலும் நினைத்த உள்ளத்தை வருத்தும்.

800. மருவுக மாசற்றார் கேண்மைஒன்று ஈத்தும்
ஒருவுக ஒப்பிலார் நட்பு.

குற்றமற்றவருடைய நட்பைக்கொள்ள வேண்டும், ஒத்த பண்பை இல்லாதவருடைய நட்பை ஒன்றைக் கொடுத்தாவது கைவிட வேண்டும்.

81. பழைமை

**801. பழைமை எனப்படுவது யாதுஎனின் யாதும்
கிழமையைக் கீழ்ந்திடா நட்பு.**

பழைமை என்று சொல்லப்படுவது எது என்று வினாவினால் அது பழகியவர் உரிமை பற்றிச் செய்யும் செயலைக் கீழ்ப்படுத்தாமல் ஏற்கும் நட்பாகும்.

**802. நட்பிற்கு உறுப்புக் கெழுதகைமை மற்றுஅதற்கு
உப்புஆதல் சான்றோர் கடன்.**

நட்புக்கு உறுப்பாவது நண்பனுடைய உரிமைச் செயலாகும், அந்த உரிமைச் செயலுக்கு உடன்பட்டவராதல் சான்றோரின் கடமையாகும்.

**803. பழகிய நட்புஎவன் செய்யும் கெழுதகைமை
செய்தாங்கு அமையாக் கடை?**

பழகியவர் உரிமைபற்றிச் செய்யும் செயலைத் தாம் செய்தது போலவேக் கருதி உடன்படாவிட்டால் அவரோடு தாம் பழகிய நட்பு என்ன பயன் தரும்?

**804. விழைதகையான் வேண்டி இருப்பர் கெழுதகையால்
கேளாது நட்டார் செயின்.**

உரிமையால் கேளாமலே நண்பர் ஒன்றைச் செய்தால், அந்த உரிமையைப் போற்றி விரும்பும் தன்மையோடு அச்செயலையும் விரும்பி உடன்பட்டிருப்பர் அறிஞர்.

**805. பேதைமை ஒன்றோ பெருங்கிழமை என்றுஉணர்க
நோதக்க நட்டார் செயின்.**

வருந்ததக்க செயல்களை நண்பர் செய்தால் அதற்குக் காரணம் அறியாமை என்றாவது மிகுந்த உரிமை என்றாவது உணர வேண்டும்.

806. எல்லைக்கண் நின்றார் துறவார் தொலைவிடத்தும்
தொல்லைக்கண் நின்றார் தொடர்பு.

உரிமை வாழ்வின் எல்லையில் நின்றவர், தமக்கு அழிவு நேர்ந்தவிடத்திலும் பழைமையாய் உறவுகொண்டு நின்றவரின் தொடர்பைக் கைவிடமாட்டார்.

807. அழிவந்த செய்யினும் அன்புஅறார் அன்பின்
வழிவந்த கேண்மை யவர்.

அன்புடன் தொன்றுதொட்டு வந்த உறவை உடையவர், அழிவுதரும் செயல்களை பழகியவர் செய்த போதிலும் தம் அன்பு நீங்காமலிருப்பர்.

808. கேள்இழுக்கம் கேளாக் கெழுதகைமை வல்லார்க்கு
நாள்இழுக்கம் நட்டார் செயின்.

பழகிய நண்பர் செய்த தவறு பற்றிப் பிறர் சொன்னாலும், கேளாமலிருக்கும் உரிமை வல்லவர்க்கு, அந்த நண்பர் தவறு செய்வாரானால் அது பயனுள்ள நாளாகும்.

809. கெடாஅ வழிவந்த கேண்மையார் கேண்மை
விடாஅர் விழையும் உலகு.

உரிமை கெடாமல் தொன்றுதொட்டு வந்த உறவு உடையவரின் தொடர்பைக் கைவிடாதவரை உலகம் விரும்பிப் போற்றும்.

810. விழையார் விழையப் படுப பழையார்கண்
பண்பின் தலைப்பிரியா தார்.

பழகிய நண்பரிடத்தில் (தவறு செய்த போதிலும்) தம் உரிமை பண்பிலிருந்து மாறாதவர், தம் பகைவராலும் விரும்பப்படுதற்குறிய சிறப்பை அடைவர்.

82. தீ நட்பு

811. பருகுவார் போலினும் பண்பிலார் கேண்மை
பெருகலிற் குன்றல் இனிது.

அன்பு மிகுதியால் பருகுவார்போல் தோன்றினாலும் நற்பண்பு இல்லாதவரின் நட்பு, வளர்ந்து பெருகுவதைவிடத் தேய்ந்து குறைவது நல்லது.

812. உறின்நட்டு அறின்ஒரூஉம் ஒப்பிலார் கேண்மை
பெறினும் இழப்பினும் என்?

தமக்கு பயன் உள்ளபோது நட்பு செய்து பயன்இல்லாதபோது நீங்கிவிடும் தகுதியில்லாதவரின் நட்பைப் பெற்றாலும் என்ன பயன், இழந்தாலும் என்ன பயன்.

813. உறுவது சீர்தூக்கும் நட்பும் பெறுவது
கொள்வாரும் கள்வரும் நேர்.

கிடைக்கும் பயனை அளந்து பார்க்கும் நண்பரும், அன்பைக் கொள்ளாமல் பெறுகின்ற பொருளைக் கொள்ளும் விலை மகளிரும், கள்வரும் ஒரு நிகரானவர்.

814. அமரகத்து ஆற்றுஅறுக்கும் கல்லாமா அன்னார்
தமரின் தனிமை தலை.

போர் வந்தபோது களத்தில் தள்ளிவிட்டு ஓடும் அறிவில்லாத குதிரை போன்றவரின் உறவைவிட, ஒரு நட்பும் இல்லாமல் தனித்திருத்தலே சிறந்தது.

815. செய்துஏமம் சாராச் சிறியவர் புன்கேண்மை
எய்தலின் எய்தாமை நன்று.

காவல் செய்து வைத்தாலும் காவல் ஆகாத கீழ் மக்களின் தீய நட்பு, ஒருவனுக்கு ஏற்படுவதைவிட ஏற்படாமலிருப்பதே நன்மையாகும்.

816. பேதை பெருங்கெழீஇ நட்பின் அறிவுஉடையார்
ஏதின்மை கோடி உறும்.

அறிவில்லாதவனுடைய மிகப்பொருந்திய நட்பைவிட அறிவுடையவரின் நட்பில்லாத தன்மை கோடி மடங்கு நன்மை தருவதாகும்.

817. நகைவகையர் ஆகிய நட்பின் பகைவரால்
பத்துஅடுத்த கோடி உறும்.

(அகத்தில் அன்பு இல்லாமல் புறத்தில்) நகைக்கும் தன்மை உடையவரின் நட்பைவிட, பகைவரால் வருவன பத்துகோடி மடங்கு நன்மையாகும்.

818. ஒல்லும் கருமம் உடற்று பவர்கேண்மை
சொல்ஆடார் சோர விடல்.

முடியும் செயலையும் முடியாதபடி செய்து கெடுப்பவரின் உறவை, அவர் அறியுமாறு ஒன்றும் செய்யாமலே தளரச்செய்து கைவிட வேண்டும்.

819. கனவினும் இன்னாது மன்னோ வினைவேறு
சொல்வேறு பட்டார் தொடர்பு.

செய்யும் செயல் வேறாகவும் சொல்லும் சொல் வேறாகவும் உள்ளவரின் நட்பு, ஒருவனுக்கு கனவிலும் துன்பம் தருவதாகும்.

820. எனைத்தும் குறுகுதல் ஓம்பல் மனைக்கெழீஇ
மன்றில் பழிப்பார் தொடர்பு.

தனியே வீட்டில் உள்ளபோது பொருந்தியிருந்து, பலர் கூடிய மன்றத்தில் பழித்துப் பேசுவோரின் நட்பை எவ்வளவு சிறிய அளவிலும் அணுகாமல்விட வேண்டும்.

83. கூடா நட்பு

821. சீர்இடம் காணின் எறிதற்குப் பட்டடை
நேரா நிரந்தவர் நட்பு.

அகத்தே பொருந்தாமல் புறத்தே பொருந்தி நடப்பவரின் நட்பு, தக்க இடம் கண்டபோது எறிவதற்கு உரிய பட்டையாகும்.

822. இனம்போன்று இனம்அல்லார் கேண்மை மகளிர்
மனம்போல வேறு படும்.

இனம் போலவே இருந்து உண்மையில் இனம் அல்லாதவரின் நட்பு, பொதுமகளிரின் மனம்போல உள்ளொன்று புறமொன்றாக வேறுபட்டு நிற்கும்.

823. பலநல்ல கற்றக் கடைத்தும் மனம்நல்லர்
ஆகுதல் மாணார்க்கு அரிது.

பல நல்ல நூல்களைக் கற்றுத் தேர்ந்தபோதிலும், அவற்றின் பயனாக நல்ல மனம் உடையவராகப் பழகுதல், (உள்ளன்பினால்) மாட்சியடையாதவர்க்கு இல்லை.

824. முகத்தின் இனிய நகாஅ அகத்துஇன்னா
வஞ்சரை அஞ்சப் படும்.

முகத்தால் இனிமையாகச் சிரித்துப் பழகி அகத்தில் தீமை கொண்டுள்ள வஞ்சகருடன் நட்புகொள்வதற்கு அஞ்ச வேண்டும்.

825. மனத்தின் அமையா தவரை எனைத்துஒன்றும்
சொல்லினால் தேறற்பாற்று அன்று.

மனத்தால் தம்மொடு பொருந்தாமல் பழகுகின்றவரை அவர் கூறுகின்ற சொல்லைக்கொண்டு எத்தகைய ஒரு செயலிலும் நம்பித் தெளியக்கூடாது.

826. நட்டார்போல் நல்லவை சொல்லினும் ஒட்டார்சொல்
ஒல்லை உணரப் படும்.

நண்பர்போல் நன்மையானவற்றைச் சொன்னபோதிலும் பகைமை கொண்டவர் சொல்லும் சொற்களின் உண்மைத் தன்மை விரைவில் உணரப்படும்.

827. சொல்வணக்கம் ஒன்னார்கண் கொள்ளற்க வில்வணக்கம்
தீங்கு குறித்தமை யான்.

வில்லின் வணக்கம் வணக்கமாக இருந்தாலும் தீங்கு செய்தலைக் குறித்தமையால், பகைவரிடத்திலும் அவருடைய சொல்லின் வணக்கத்தை நன்மையாகக் கொள்ளக்கூடாது.

828. தொழுதகை யுள்ளும் படையொடுங்கும் ஒன்னார்
அழுதகண் ணீரும் அனைத்து.

பகைவர் வணங்கித் தொழுத கையினுள்ளும் கொலைக்கருவி மறைந்திருக்கும், பகைவர் அழுது சொரிந்த கண்ணீரும் அத்தன்மையானதே.

829. மிகச்செய்து தம்எள்ளு வாரை நகச்செய்து
நட்பினுள் சாப்புல்லல் பாற்று.

புறத்தே மிகுதியாக நட்புத் தோன்றச் செய்து அகத்தில் இகழ்கின்றவரைத் தாமும் அந்நட்பில் நகைத்து மகிழுமாறு செய்து அத்தொடர்பு சாகுமாறு நடக்க வேண்டும்.

830. பகைநட்பாம் காலம் வருங்கால் முகநட்
அகம்நட்பு ஒரீஇ விடல்.

பகைவர் நண்பராகும் காலம் வரும்போது முகத்தளவில் நட்பு கொண்டு அகத்தில் நட்பு நீங்கி வாய்ப்புக் கிடைத்தபோது அதையும்விட வேண்டும்.

84. பேதைமை

831. பேதைமை என்பதுஒன்று யாதெனின் ஏதம்கொண்டு
ஊதியம் போக விடல்.

பேதைமை என்று சொல்லப்படுவது யாது என்றால், தனக்கு கெடுதியானதைக்கைக்கொண்டு ஊதியமானதைக் கைவிடுதலாகும்.

832. பேதைமையுள் எல்லாம் பேதைமை காதன்மை
கையல்ல தன்கண் செயல்.

ஒருவனுக்கு பேதைமை எல்லாவற்றிலும் மிக்க பேதைமை, தன் ஒழுக்கத்திற்குப் பொருந்தாததில் தன் விருப்பத்தை செலுத்துதல் ஆகும்.

833. நாணாமை நாடாமை நார்இன்மை யாதொன்றும்
பேணாமை பேதை தொழில்.

தகாதவற்றிற்கு நாணாமலிருத்தல், தக்கவற்றை நாடாமலிருத்தல், அன்பு இல்லாமை, நன்மை ஒன்றையும் விரும்பாமை ஆகியவை பேதையின் தொழில்கள்.

834. ஓதி உணர்ந்தும் பிறர்க்குஉரைத்தும் தான்அடங்காப்
பேதையின் பேதையார் இல்.

நூல்களை ஓதியும், அவற்றின் பொருளை உணர்ந்தும், பிறர்க்கு எடுத்துச் சொல்லியும் தான் அவற்றின் நெறியில் அடங்கி ஒழுகாத பேதைபோல் வேறு பேதையர் இல்லை.

835. ஒருமைச் செயல்ஆற்றும் பேதை எழுமையும்
தான்புக்கு அழுந்தும் அளறு.

எழுப்பிறப்பிலும் தான் புகுந்து அழுந்துவதற்கு உரிய நரகத் துன்பத்தைப் பேதைத் தன் ஒருபிறவியில் செய்துகொள்ள வல்லவனாவான்.

**836. பொய்படும் ஒள்றோ புனைபூணும் கையறியாப்
பேதை வினைமேல் கொளின்.**

ஒழுக்க நெறி அறியாத பேதை ஒருச்செயலை மேற்கொண்டால் (அந்த செயல் முடிவுபெறாமல்) பொய்படும், அன்றியும் அவன் குற்றவாளியாகித் தளை பூணுவான்.

**837. ஏதிலார் ஆரத் தமர்பசிப்பர் பேதை
பெரும்செல்வம் உற்றக் கடை.**

பேதை பெருஞ்செல்வம் அடைந்தபோது (அவனோடு தொடர்பில்லாத) அயலார் நிறைய நன்மை பெற, அவனுடைய சுற்றத்தார் வருந்துவர்.

**838. மையல் ஒருவன் களித்தற்றால் பேதைதன்
கையொன்று உடைமை பெறின்.**

பேதை தன் கையில் ஒரு பொருள் பெற்றால் (அவன் நிலைமை) பித்து பிடித்த ஒருவன் கள்குடித்து மயங்கினார் போன்றதாகும்.

**839. பெரிதுஇனிது பேதையார் கேண்மை; பிரிவின்கண்
பீழை தருவதுஒன்று இல்.**

பேதையிரிடமிருந்து பிரிவு நேர்ந்தபோது, அப்பிரிவு துன்பம் ஒன்றும் தருவதில்லை, ஆகையால் பேதையரிடம் கொள்ளும் நட்பு மிக இனியதாகும்.

**840. கழாஅக்கால் பள்ளியுள் வைத்தற்றால் சான்றோர்
குழாஅத்துப் பேதை புகல்.**

சான்றோரின் கூட்டத்தில் பேதை புகுதல், ஒருவன் தூய்மையில்லாதவற்றை மிதித்துக் கழுவாத காலை படுக்கையில் வைத்தாற் போன்றது.

85. புல்லறிவாண்மை

841. அறிவின்மை இன்மையுள் இன்மை பிறிதுஇன்மை
இன்மையா வையாது உலகு.

அறியாமையே இல்லாமைப் பலவற்றுள்ளும் கொடிய இல்லாமையாகும், மற்ற இல்லாமைகளை உலகம் அத்தகைய இல்லாமையாகக் கருதாது.

842. அறிவிலான் நெஞ்சுஉவந்து ஈதல் பிறிதியாதும்
இல்லை பெறுவான் தவம்.

அறிவில்லாதவவன் மனம் மகிழ்ந்து ஒரு பொருளைக் கொடுத்தலுக்கு காரணம், வேறொன்றும் இல்லை, அப்பொருளைப் பெறுகின்றவனுடைய நல்வினையே ஆகும்.

843. அறிவிலார் தாம்தம்மைப் பீழிக்கும் பீழை
செறுவார்க்கும் செய்தல் அரிது.

அறிவில்லாதவர் தம்மைத்தாமே துன்புறுத்தும் துன்பம் அவருடைய பகைவர்க்கும் செய்யமுடியாத அளவினதாகும்.

844.வெண்மை எனப்படுவது யாதுஎனின் ஒண்மை
உடையம்யாம் என்னும் செருக்கு.

புல்லறிவு என்று சொல்லப்படுவது யாது என்றால் யாம் அறிவுடையேம் என்று ஒருவன் தன்னைத்தான் மதித்து கொள்ளும் செருக்காகும்.

845.கல்லாத மேற்கொண்டு ஒழுகல் கசடுஅற
வல்லதூஉம் ஐயம் தரும்.

அறிவில்லாதவர் தாம் கற்காத நூல்களை கற்றவர்போல் மேற்கொண்டு நடத்தல், அவர் குற்றமற கற்றுவல்ல பொருளைப் பற்றியும் மற்றவர்க்கு ஐயம் உண்டாகும்.

846. அற்றம் மறைத்தலோ புல்லறிவு தம்வயின்
குற்றம் மறையா வழி.

தம்மிடத்தில் உள்ள குற்றத்தை அறிந்து நீக்காதபோது, உடம்பில் மறைப்பதற்குரிய பகுதியை மட்டும், ஆடையால் மறைத்தல் புல்லறிவாகும்.

847.அருமறை சோரும் அறிவுஇலான் செய்யும்
பெருமிறை தானே தனக்கு.

அரிய மறைபொருளை மனத்தில் வைத்துக்காக்காமல் சோர்த்தும் வெளிபடுத்தும் அறிவில்லாதவன் தனக்குத் தானே பெருந்தீங்கு செய்து கொள்வான்.

848.ஏவவும் செய்கலான் தான்தேறான் அவ்வுயிர்
போஒம் அளவும்ஓர் நோய்.

தனக்கு நன்மையானவற்றை பிறர் ஏவினாலும் செய்யாதவனாய், தானாகவும் செய்யாமலிருப்பது ஒரு நோயே.

849.காணாதான் காட்டுவான் தான்காணான் காணாதான்
கண்டான்ஆம் தான்கண்ட வாறு.

அறிவு இல்லாதவனுக்கு அறிவிப்பவன் தானே அறிவில்லாதவனாய் நிற்பான், அறிவு இல்லாதவனோ தான் அறிந்த வகையால் அறிவுடையவனாகத் தோன்றுவான்.

850. உலகத்தார் உண்டுஎன்பது இல்என்பான் வையத்து
அலகையா வைக்கப் படும்.

உலகத்தார் உண்டு என்று சொல்வதை இல்லை என்று கூறுகின்ற ஒருவன், உலகத்தில் காணப்படும் ஒரு பேயாகக் கருதி விலக்கப்படுவான்.

| 177 |

86. இகல்

851. இகல்என்ப எல்லா உயிர்க்கும் பகல்என்னும்
பண்பின்மை பாரிக்கும் நோய்.

எல்லா உயிர்களுக்கும் மற்ற உயிர்களோடு பொருந்தாமல் வேறுபடுதலாகிய தீய பண்பை வளர்க்கும் நோய் இகழ் (மாறுபாடு) என்று சொல்வர் அறிஞர்.

852. பகல்கருதிப் பற்றா செயினும் இகல்கருதி
இன்னாசெய் யாமை தலை.

ஒருவன் தன்னோடு பொருந்தாமல் வேறுபடுதலைக் கருதி அன்பில்லாதவற்றைச் செய்தாலும் தான் இகழ்கொண்டு அவர்க்கு துன்பம் செய்யாதிருத்தல் சிறந்ததாகும்.

853. இகல்என்னும் எவ்வநோய் நீக்கின் தவல்இல்லாத்
தாவில் விளக்கம் தரும்.

ஒருவன் இகல் என்று சொல்லப்படும் துன்ப நோயை நீக்கிவிட்டால் அஃது அவனுக்கு அழிவில்லாத நிலையான புகழைக் கொடுக்கும்.

854. இன்பத்துள் இன்பம் பயக்கும் இகல்என்னும்
துன்பத்துள் துன்பம் கெடின்.

இகல் என்று சொல்லப்படும் துன்பங்களில் கொடிய துன்பம் கெட்டுவிட்டால், அஃது அவனுக்கு இன்பங்களில் சிறந்த இன்பத்தைக் கொடுக்கும்.

855. இகல்எதிர் சாய்ந்துஒழுக வல்லாரை யாரே
மிகல்ஊக்கும் தன்மை யவர்.

இகலை எதிர்த்து நிற்காமல் அதன் எதிரே சாய்ந்து நடக்கவல்லவரை வெல்லக் கருதுகின்ற ஆற்றல் உடையவர் யார்.

856. இகலின் மிகல்இனிது என்பவன் வாழ்க்கை
 தவலும் கெடலும் நணித்து.

இகல் கொள்வதால் வெல்லுதல் இனியது என்று கருதுகின்றவனுடைய வாழ்க்கை தவறிபோதலும் அழிதலும் விரைவவில் உள்ளனவாம்.

857. மிகல்மேவல் மெய்ப்பொருள் காணார் இகல்மேவல்
 இன்னா அறிவி னவர்.

இகலை விரும்புகின்ற தீய அறிவை உடையவர் வெற்றி பொருந்துதலுக்குக் காரணமான உண்மைப் பொருளை அறியமாட்டார்.

858. இகலிற்கு எதிர்சாய்தல் ஆக்கம் அதனை
 மிகல்ஊக்கின் ஊக்குமாம் கேடு.

இகலுக்கு எதிரே சாய்ந்து நடத்தல் ஒருவனுக்கு ஆக்கமாகும், அதனை எதிர்த்து வெல்லக்கருதினால் கேடு அவனிடம் வரக் கருதும்.

859. இகல்காணான் ஆக்கம் வரும்கால் அதனை
 மிகல்காணும் கேடு தரற்கு.

ஒருவன் தனக்கு ஆக்கம் வரும்போது இகலைக் கருதமாட்டான், தனக்கு கேடு தருவிக்கொள்ளும்போது அதனை எதிர்த்து வெல்லக் கருதுவான்.

860. இகலான்ஆம் இன்னாத எல்லாம் நகலான்ஆம்
 நல்நயம் என்னும் செருக்கு.

ஒருவனுக்கு இகலால் துன்பமானவை எல்லாம் உண்டாகும், அதற்கு மாறான நட்பால் நல்ல நீதியாகிய பெருமித நிலை உண்டாகும்.

87. பகைமாட்சி

**861. வலியார்க்கு மாறுஏற்றல் ஓம்புக; ஓம்பா
மெலியார்மேல் மேக பகை.**

தம்மைவிட வலியவர்க்கு மாறுபட்டு எதிர்த்தலைவிட வேண்டும், தம்மைவிட மெலியவர் மேல் பகை கொள்வதைவிடாமல் விரும்பி மேற்கொள்ள வேண்டும்.

**862. அன்புஇலன் ஆன்ற துணைஇலன் தான்துவ்வான்
என்பரியும் ஏதிலான் துப்பு?**

ஒருவன் அன்பு இல்லாதவனாய், அமைந்த துணை இல்லாதவனாய், தானும் வலிமை இல்லாதவனாய் இருந்தால், அவன் பகைவனுடைய வலிமையை எவ்வாறு ஒழிக்க முடியும்.

**863. அஞ்சும் அறியான் அமைவுஇலன் ஈகலான்
தஞ்சம் எளியன் பகைக்கு.**

ஒருவன் அஞ்சுகின்றவனாய், அறிவு இல்லாதவனாய், பொருந்தும் பண்பு இல்லாதவனாய், பிறர்க்கு ஒன்று ஈயாதவனாய் இருந்தால், அவன் பகைவர்க்கு மிக எளியவன்.

**864. நீங்கான் வெகுளி நிறைஇலன் எஞ்ஞான்றும்
யாங்கணும் யார்க்கும் எளிது.**

ஒருவன் சினம் நீங்காதவனாய், நெஞ்சத்தை நிறுத்தி ஆளும் தன்மை இல்லாதவனாய் இருந்தால் அவன் எக்காலத்திலும் எவ்விடத்திலும் எவர்க்கும் எளியவன்.

**865. வழிநோக்கான் வாய்ப்பன செய்யான் பழிநோக்கான்
பண்புஇலன் பற்றார்க்கு இனிது.**

ஒருவன் நல்வழியை நோக்காமல் பொருத்தமானவற்றைச் செய்யாமல், பழியையும் பார்க்காமல், நற்பண்பும் இல்லாமல் இருந்தால் அவன் பகைவர்க்கும் எளியனவான்.

866. காணாச் சினத்தான் கழிபெருங் காமத்தான்
பேணாமை பேணப் படும்.

ஒருவன் உண்மை காணாத சினம் உடையவனாய், மிகப்பெரிய ஆசை உடையவனாய் இருந்தால் அவனுடைய பகை விரும்பி மேற்கொள்ளப்படும்.

867. கொடுத்தும் கொளல்வேண்டும் மன்ற அடுத்துஇருந்து
மாணாத செய்வான் பகை.

தன்னை அடுத்துத் தன்னோடிருந்தும் பொருந்தாதவற்றைச் செய்பவனுடைய பகையைப் பொருள் கொடுத்தாவது கொள்ள வேண்டும்.

868. குணன்இலனாய்க் குற்றம் பலஆயின் மாற்றார்க்கு
இனன்இலன்ஆம் ஏமாப்பு உடைத்து.

ஒருவன் குணம் இல்லாதவனாய், குற்றம் பல உடையவனானால் அவன் துணை இல்லாதவன் ஆவான், அந்நிலைமையே அவனுடைய பகைவர்க்கு நன்மையாகும்.

869. செறுவார்க்குச் சேண்இகவா இன்பம் அறிவுஇலா
அஞ்சும் பகைவர்ப் பெறின்.

அறிவு இல்லாத அஞ்சும் இயல்புடைய பகைவரைப் பெற்றால், அவரை எதிர்த்து பகை கொள்பவர்க்கு இன்பங்கள் தொலைவில் நீங்காமல் இருக்கும்.

870. கல்லான் வெகுளும் சிறுபொருள் எஞ்ஞான்றும்
ஒல்லானை ஒல்லாது ஒளி.

கல்வி கற்காதவனைப் பகைத்துக்கொள்ளும் எளிய செயலைச் செய்ய இயலாத ஒருவனிடம் எக்காலத்திலும் புகழ் வந்து பொருந்தாது.

88. பகைத்திறம் தெரிதல்

871.பகைஎன்னும் பண்பு இலதனை ஒருவன்
நகையேயும் வேண்டற்பாற்று அன்று.

பகை என்று சொல்லப்படும் பண்பு இல்லாத தீமையை ஒருவன் சிறிதும் பொழுது போக்கும் விளையாட்டாகவும் விரும்புதலாகாது.

872.வில்லேர் உழவர் பகைகொளினும் கொள்ளற்க
சொல்ஏர் உழவர் பகை.

வில்லை ஏராக உடைய உழவராகிய வீரருடன் பகை கொண்ட போதிலும், சொல்லை ஏராக உடைய உழவராகிய அறிஞருடன் பகை கொள்ளக்கூடாது.

873.ஏமுற் றவரினும் ஏழை தமியனாய்ப்
பல்லார் பகைகொள் பவன்.

தான் தனியாக இருந்து பலருடைய பகையைத் தேடிக் கொள்பவன், பித்துப் பிடித்தாரைவிட அறிவில்லாதவனாகக் கருதப்படுவான்.

874.பகைநட்பாக் கொண்டுஒழுகும் பண்புடை யாளன்
தகைமைக்கண் தங்கிற்று உலகு.

பகையையும் நட்பாக செய்துகொண்டு நடக்கும், பண்புடையவனது பெருந்தன்மையில் உலகம் தங்கியிருப்பதாகும்.

875.தன்துணை இன்றால் பகைஇரண்டால் தான்ஒருவன்
இன்துணையாக் கொள்கவற்றின் ஒன்று.

தனக்கு உதவியான துணையே இல்லை, பகையே இரண்டு, தானே ஒருவன் இந்நிலையில் அப்பகைகளில் ஒன்றை இனிய துணையாகக் கொள்ள வேண்டும்.

876. தேறினும் தேறா விடினும் அழிவின்கண்
    தேறான் பகாஅன் விடல்.

இதற்கு முன் ஒருவனைப் பற்றி ஆராய்ந்து தெளிந்திருந்தாலும், தெளியாவிட்டாலும் அழிவு வந்த காலத்தில் அவனைத் தெளியாமலும் நீங்காமலும் வாளாவிட வேண்டும்.

877. நோவற்க நொந்தது அறியார்க்கு மேவற்க
    மென்மை பகைவர் அகத்து.

துன்புற்றதைத் தாமாகவே அறியாத நண்பர்க்குத் துன்பத்தைச் சொல்லக்கூடாது, பகைவரிடத்தில் மென்மை மேற்கொள்ளக்கூடாது.

878. வகையறிந்து தற்செய்து தற்காப்ப மாயும்
    பகைவர்கண் பட்ட செருக்கு.

செய்யும் வகையை அறிந்து தன்னை வலிமைப்படுத்திக்கொண்டு தற்காப்புத் தேடிக்கொண்டால், பகைவரிடத்தில் ஏற்பட்ட செருக்குத் தானாவே அழியும்.

879. இளைதுஆக முள்மரம் கொல்க; களையுநர்
    கைகொல்லும் காழ்த்த இடத்து.

முள் மரத்தை இளையதாக இருக்கும்போதே வெட்ட வேண்டும், காழ்ப்பு ஏறி முதிர்ந்தபோது வெட்டுகின்றவரின் கையை அது வருத்தும்.

880. உயிர்ப்ப உளர்அல்லர் மன்ற செயிர்ப்பவர்
    செம்மல் சிதைக்கலா தார்.

பகைத்தவருடைய தலைமையைக் கொடுக்க முடியாதவர் திண்ணமாக மூச்சுவிடும் அளவிற்கும் உயிரோடு வாழ்கின்றவர் அல்லர்.

89. உட்பகை

**881. நிழல்நீரும் இன்னாத இன்னா தமர்நீரும்
இன்னாஆம் இன்னா செயின்.**

இன்பம் தரும் நிழலும் நீரும் நோய் செய்வனவாக இருந்தால் தீயனவே ஆகும், அதுபோலவே சுற்றத்தாரின் தன்மைகளும் துன்பம் தருவானால் தீயனவே ஆகும்.

**882. வாள்போல் பகைவரை அஞ்சற்க அஞ்சுக
கேள்போல் பகைவர் தொடர்பு.**

வாளைப்போல் வெளிப்படையான பகைவர்க்கு அஞ்ச வேண்டியதில்லை, ஆனால் உறவினரைப்போல் இருந்து உட்பகை கொண்டவரின் தொடர்புக்கு அஞ்ச வேண்டும்.

**883. உட்பகை அஞ்சித்தற் காக்க உலைவுஇடத்து
மண்பகையின் மாணத் தெறும்.**

உட்பகைக்கு அஞ்சி ஒருவன் தன்னைக் காத்துக்கொள்ள வேண்டும், தளர்ச்சி வந்தபோது மட்கலத்தை அறுக்கும் கருவிபோல் அந்த உட்பகை தவறாமல் அழிவு செய்யும்.

**884. மனம்மாணா உட்பகை தோன்றின் இனம்மாணா
ஏதம் பலவும் தரும்.**

மனம் திறந்தாத உட்பகை ஒருவனுக்கு உண்டாகுமானால், அது அவனுக்குச் சுற்றம் சீர்படாமைக்கு காரணமான குற்றம் பலவற்றைத் தரும்.

**885. உறல்முறையான் உட்பகை தோன்றின் இறல்முறையான்
ஏதம் பலவும் தரும்.**

உறவுமுறையோடு உட்பகை உண்டாகுமானால், அது ஒருவனுக்கு இறக்கும் வகையான துன்பம் பலவற்றையும் கொடுக்கும்.

886. ஒன்றாமை ஒன்றியார் கண்படின் எஞ்ஞான்றும்
பொன்றாமை ஒன்றல் அரிது.

ஒருவனுடைய உற்றாரிடத்தில் பகைமை ஏற்படுமானால், அந்த உட்பகையால் அவன் அழியாமலிருத்தல் எப்போதும் அரிது.

887.செப்பின் புணர்ச்சிபோல் கூடினும் கூடாதே
உட்பகை உற்ற குடி.

செப்பின் இணைப்பைப்போல புறத்தே பொருந்தி இருந்தாலும், உட்பகை உண்டான குடியில் உள்ளவர் அகத்தே பொருந்தி இருக்கமாட்டார்.

888.அரம்பொருத பொன்போலத் தேயும் உரம்பொருது
உட்பகை உற்ற குடி.

உட்பகை உண்டான குடி அரத்தினால் தேய்க்கப்பட்ட இரும்புபோல் வலிமை குறைக்கப்பட்டு தேய்ந்து போகும்.

889.என்பகவு அன்ன சிறுமைத்தே ஆயினும்
உட்பகை உள்ளதாம் கேடு.

எள்ளின் பிளவைப் போன்ற சிறிய அளவு உடையதே ஆனாலும், ஒரு குடியை அழிக்கவல்ல கேடு உட்பகையில் உள்ளதாகும்.

890. உடம்பாடு இலாதவர் வாழ்க்கை குடங்கருள்
பாம்போடு உடன்உறைந் தற்று.

அகத்தில் உடன்பாடு இல்லாதவருடன் குடிவாழும் வாழ்க்கை, ஒரு குடிசையிற் பாம்போடு உடன்வாழ்ந்தாற் போன்றது.

90. பெரியாரைப் பிழையாமை

891. ஆற்றுவார் ஆற்றல் இகழாமை போற்றுவார்
போற்றலுள் எல்லாம் தலை.

மேற்கொண்ட செயலைச் செய்துமுடிக்கவல்லவரின் ஆற்றலை இகழாதிருத்தல், காப்பவர் செய்துகொள்ளும் காவல் எல்லாவற்றிலும் சிறந்தது.

892. பெரியாரைப் பேணாது ஒழுகின் பெரியாரால்
பேரா இடும்பை தரும்.

ஆற்றல் மிகுந்த பெரியாரை விரும்பி மதிக்காமல் நடந்தால், அது அப்பெரியாரால் நீங்காத துன்பத்தைத் தருவதாகும்.

893. கெடல்வேண்டின் கேளாது செய்க அடல்வேண்டின்
ஆற்று பவர்கண் இழுக்கு.

அழிக்க வேண்டுமானால் அவ்வாறே செய்து முடிக்க வல்லவரிடத்தில் தவறு செய்தலை, ஒருவன் கெடவேண்டுமானால் கேளாமலே செய்யலாம்.

894. கூற்றத்தைக் கையால் விளித்தற்றால் ஆற்றுவார்க்கு
ஆற்றாதார் இன்னா செயல்.

ஆற்றல் உடையவர்க்கு ஆற்றல் இல்லாதவர் தீமை செய்தல், தானே வந்து அழிக்கவல்ல எமனைக் கைகாட்டி அழைத்தாற் போன்றது.

895. யாண்டுச்சென்று யாண்டும் உளராகார் வெந்துப்பின்
வேந்து செறப்பட் டவர்.

மிக்க வலிமை உள்ள அரசனால் வெகுளப்பட்டவர், அவனிடமிருந்து தப்புவதற்காக எங்கே சென்றாலும் எங்கும் வாழ முடியாது.

896. எரியால் சுடப்படினும் உய்வுஉண்டாம்; உய்யார்
பெரியார்ப் பிழைத்துஒழுகு வார்.

தீயால் சுடப்பட்டாலும் ஒருகால் உயிர் பிழைத்து வாழமுடியும், ஆற்றல் மிகுந்த பெரியவரிடத்தில் தவறு செய்து நடப்பவர் தப்பிப் பிழைக்க முடியாது.

897. வகைமாண்ட வாழ்க்கையும் வான்பொருளும் என்னாம்
தகைமாண்ட தக்கார் செறின்?

தகுதியால் சிறப்புற்ற பெரியவர் ஒருவனை வெகுண்டால் அவனுக்கு பலவகையால் மாண்புற்ற வாழ்க்கையும் பெரும் பொருளும் இருந்தும் என்ன பயன்.

898. குன்றுஅன்னார் குன்ற மதிப்பின் குடியொடு
நின்றன்னார் மாய்வர் நிலத்து.

மலை போன்ற பெரியவர் கெட நினைத்தால். உலகில் அழியாமல் நிலைபெற்றாற்போல் உள்ளவரும் தம் குடியோடு அழிவர்.

899. ஏந்திய கொள்கையார் சீறின் இடைமுரிந்து
வேந்தனும் வேந்து கெடும்.

உயர்ந்த கொள்கையுடைய பெரியவர் சீறினால் நாட்டை ஆளும் அரசனும் இடை நடுவே முறிந்து அரசு இழந்து கெடுவான்.

900. இறந்துஅமைந்த சார்புடையர் ஆயினும் உய்யார்
சிறந்துஅமைந்த சீரார் செறின்.

மிகச் சிறப்பாக அமைந்த பெருமையுடையவர் வெகுண்டால் அளவு கடந்து அமைந்துள்ள சார்புகள் உடையவரானாலும் தப்பி பிழைக்க முடியாது.

91. பெண்வழிச் சேறல்

901. மனைவிழைவார் மாண்பயன் எய்தார், வினைவிழைவார்
வேண்டாப் பொருளும் அது.

மனைவியை விரும்பி அவள் சொன்னபடி நடப்பவர், சிறந்த பயனை அடையமாட்டார், கடமையைச் செய்தலை விரும்புகின்றவர் வேண்டாத பொருளும் அதுவே.

902. பேணாது பெண்விழைவான் ஆக்கம் பெரியதோர்
நாணாக நாணுத் தரும்.

கடமையை விரும்பாமல் மனைவியின் பெண்மையை விரும்புகின்றவனுடைய ஆக்கம், பெரியதொரு நாணத்தக்க செயலாக நாணத்தைக் கொடுக்கும்.

903. இல்லாள்கண் தாழ்ந்த இயல்புஇன்மை எஞ்ஞான்றும்
நல்லாருள் நாணுத் தரும்.

மனைவியிடத்தில் தாழ்ந்து நடக்கும் இழிந்த தன்மை ஒருவனுக்கு எப்போதும் நல்லவரிடையே இருக்கும்போது நாணத்தைத் தரும்.

904. மனையாளை அஞ்சும் மறுமையி லாளன்
வினையாண்மை வீறுஎய்தல் இன்று.

மனைவிக்கு அஞ்சி நடக்கின்ற மறுமைப் பயன் இல்லாத ஒருவன், செயல் ஆற்றுந்தன்மை பெருமை பெற்று விளங்க முடிவதில்லை.

905. இல்லாளை அஞ்சுவான் அஞ்சும்மற்று எஞ்ஞான்றும்
நல்லார்க்கு நல்ல செயல்.

மனைவிக்கு அஞ்சி வாழ்கின்றவன் எப்போதும் நல்லவர்க்கு நன்மையான கடமையைச் செய்வதற்கு அஞ்சி நடப்பான்.

906. இமையாரின் வாழினும் பாடுஇலரே இல்லாள்
அமைஆர்தோள் அஞ்சு பவர்.

மனைவியின் தோளுக்கு அஞ்சி வாழ்கின்றவர் தேவரைப்போல் இவ்வுலகில் சிறப்பான நிலையில் வாழ்ந்தபோதிலும் பெருமை இல்லாதவரே ஆவர்.

907. பெண்ஏவல் செய்துஒழுகும் ஆண்மையின் நாணுடைப்
பெண்ணே பெருமை உடைத்து.

மனைவியின் ஏவலைச் செய்து நடக்கின்றவனுடைய ஆண்மையைவிட, நாணத்தை தன் இயல்பாக உடையவளின் பெண்மையே பெருமை உடையது.

908. நட்டார் குறைமுடியார் நன்றுஆற்றார் நன்னுதலாள்
பெட்டாங்கு ஒழுகு பவர்.

மனைவி விரும்பியபடி செய்து நடப்பவர், தமது நண்பர்க்கு உற்ற குறையையும் செய்து முடிக்கமாட்டார், அறத்தையும் செய்யமாட்டார்.

909. அறவினையும் ஆன்ற பொருளும் பிறவினையும்
பெண்ஏவல் செய்வார்கண் இல்.

அறச் செயலும் அதற்கு காரணமாக அமைந்த பொருள் முயற்சியும், மற்ற கடமைகளும் மனைவியின் ஏவலைச் செய்வோரிடத்தில் இல்லை.

910. எண்சேர்ந்த நெஞ்சத் திடனுடையார்க்கு எஞ்ஞான்றும்
பெண்சேர்ந்துஆம் பேதைமை இல்.

நன்றாக எண்ணுதல், பொருந்திய நெஞ்சத்தோடு தக்க நிலையும் உடையார்க்கு எக்காலத்திலும் மனைவியின் ஏவலுக்கு இணங்கும் அறியாமை இல்லை.

92. வரைவின் மகளிர்

911. அன்பின் விழையார் பொருள்விழையும் ஆய்தொடியார்
இன்சொல் இழுக்குத் தரும்.

அன்பினால் விரும்பாமல் பொருள் காரணமாக விரும்புகின்ற பொது மகளிர் பேசுகின்ற இனிய சொல், ஒருவனுக்கு துன்பத்தைக் கொடுக்கும்.

912. பயன்தூக்கிப் பண்புஉரைக்கும் பண்பில் மகளிர்
நயன்தூக்கி நள்ளா விடல்.

கிடைக்ககூடிய பயனை அளந்து பார்த்து, அதற்கு ஏற்றவாறு இனிய சொல் கூறுகின்ற பண்பற்ற, பொது மகளிரின் இன்பத்தை ஆராய்ந்து பொருந்தாமல் விடவேண்டும்.

913. பொருட்பெண்டிர் பொய்ம்மை முயக்கம் இருட்டுஅறையில்
ஏதில் பிணம்தழீஇ யற்று.

பொருளையே விரும்பும் பொது மகளிரின் பொய்யான தழுவல், இருட்டறையில் தொடர்பில்லாத ஒரு பிணத்தைத் தழுவினாற் போன்றது.

914. பொருட்பொருளார் புன்நலம் தோயார் அருட்பொருள்
ஆயும் அறிவி னவர்.

பொருள் ஒன்றையே பொருளாகக்கொண்ட பொது மகளிரின் புன்மையான இன்பத்தை, அருளாகிய சிறந்த பொருளை ஆராயும் அறிவுடையோர் பொருந்தமாட்டார்.

915. பொதுநலத்தார் புன்நலம் தோயார் மதிநலத்தின்
மாண்ட அறிவி னவர்.

இயற்கையறிவின் நன்மையால் சிறப்புற்ற அறிவுடையோர், பொருள் தருவார் எல்லார்க்கும் பொதுவாக இன்பம் தரும் மகளிரின் புன்மையான நலத்தைப் பொருந்தார்.

916. தம்நலம் பாரிப்பார் தோயார் கைசெருக்கிப்
புன்நிலம் பாரிப்பார் தோள்.

அழகு முதலியவற்றால் செருக்கு கொண்டு தம் புன்மையான நலத்தை விற்கும் பொது மகளிரின் தோளை, தம் நல்லோழுக்கத்தைப் போற்றும் சான்றோர் பொருந்தார்.

917. நிறைநெஞ்சம் இல்லவர் தோய்வர் பிறநெஞ்சின்
பேணிப் புணர்பவர் தோள்.

நெஞ்சத்தை நிறுத்தி ஆளும் ஆற்றல் இல்லாதவர், தம் நெஞ்சில் வேறுபொருளை விரும்பிக்கூடும்போது மகளிரின் தோளைப் பொருந்துவர்.

918. ஆயும் அறிவினர் அல்லார்க்கு அணங்குஎன்ப
மாய மகளிர் முயக்கு.

வஞ்சம் நிறைந்த பொதுமகளிரின் சேர்க்கை, ஆராய்ந்தறியும் அறிவு இல்லாதவர்க்கு அணங்கு தாக்கு (மோகினி மயக்கு) என்று கூறுவர்.

919. வரைஇலா மாணிழையார் மென்தோள் புரையிலாப்
பூரியர்கள் ஆழும் அளறு.

ஒழுக்க வரையறை இல்லாத பொதுமகளிரின் மெல்லிய தோள், உயர்வில்லாத கீழ்மக்கள் ஆழ்ந்து கிடக்கின்ற நரகமாகும்.

920. இருமனப் பெண்டிரும் கள்ளும் கவறும்
திருநீக்கப் பட்டார் தொடர்பு.

இருவகைப்பட்ட மனம் உடைய பொது மகளிரும், கள்ளும் சூதுமாகிய இம்மூவகையும் திருமகளால் நீக்கப்பட்டவரின் உறவாகும்.

93. கள் உண்ணாமை

921. உட்கப் படாஅர் ஒளிஇழப்பர் எஞ்ஞான்றும்
கள்காதல் கொண்டுஒழுகு வார்.

கள்ளின் மேல் விருப்பம் கொண்டு நடப்பவர், எக்காலத்திலும் பகைவரால் அஞ்சப்படார், தமக்கு உள்ள புகழையும் இழந்து விடுவார்.

922. உண்ணற்க கள்ளை; உணில்உண்க சான்றோரான்
எண்ணப் படவேண்டா தார்.

கள்ளை உண்ணக்கூடாது, சான்றோரால் நன்கு எண்ணப்படுவதை விரும்பாதவர் கள்ளை உண்ண வேண்டுமானால் உண்ணலாம்.

923. ஈன்றாள் முகத்தேயும் இன்னாதால்; என்மற்றுச்
சான்றோர் முகத்துக் களி?

பெற்ற தாயின் முகத்திலும் கள்ளுண்டு மயங்குதல் துன்பம் தருவதாகும், அப்படியானால் குற்றம் கடியும் இயல்புடைய சான்றோரின் முகத்தில் அது எண்ணவாகும்.

924. நாண்என்னும் நல்லாள் புறம்கொடுக்கும் கள்என்னும்
பேணாப் பெருங்குற்றத் தார்க்கு.

நாணம் என்று சொல்லப்படும் நல்லவள், கள் என்று சொல்லப்படும் விரும்பத்தக்காத பெருங்குற்றம் உடையவர்க்கு எதிரே நிற்காமல் செல்வாள்.

925. கையறி யாமை யுடைத்தே பொருள்கொடுத்து
மெய்அறி யாமை கொளல்.

விளைபொருள் கொடுத்து கள்ளுண்டு தன் உடம்பைத் தான் அறியாத நிலையை மேற்கொள்ளுதல், செய்வது இன்னதென்று அறியாத அறியாமை உடையதாகும்.

**926. துஞ்சினார் செத்தாரின் வேறுஅல்லர் எஞ்ஞான்றும்
நஞ்சுஉண்பார் கள்உண் பவர்.**

உறங்கினவர் இறந்தவரைவிட வேறுபட்டவர் அல்லர், அவ்வாறே கள்ளுண்பவரும் அறிவுமயங்குதலால் நஞ்சு உண்பவரே ஆவர்.

**927. உள்ஒற்றி உள்ளூர் நகப்படுவர் எஞ்ஞான்றும்
கள்ஒற்றிக் கண்சாய் பவர்.**

கள்ளை மறைந்திருந்து குடித்து அறிவு மயங்குபவர், உள்ளூரில் வாழ்கின்றவரால் உள்ளான செய்திகள் ஆராயப்பட்டு எந்நாளும் சிரிக்கப்படும்.

**928. களித்துஅறியேன் என்பது கைவிடுக; நெஞ்சத்து
ஒளித்ததூஉம் ஆங்கே மிகும்.**

கள்ளுண்பவன் யான் ஒருபோதும் கள்ளுண்டு அறியேன் என்று சொல்வதைவிட வேண்டும், நெஞ்சில் ஒளிந்திருந்த குற்றமும் கள்ளுண்டபோதே வெளிப்படும்.

**929. களித்தானைக் காரணம் காட்டுதல் கீழ்நீர்க்
குளித்தானைத் தீத்துரீஇ யற்று.**

கள்ளுண்டு மயங்கினவனைக் காரணம் காட்டி தெளிவித்தல், நீரின் கீழ் மூழ்கின ஒருவனைத் தீ விளக்கு கொண்டு தேடினாற் போன்றது.

**930. கள்உண்ணாப் போழ்திற் களித்தானைக் காணுங்கால்
உள்ளான்கொல் உண்டதன் சோர்வு.**

ஒருவன் தான் கள் உண்ணாதபோது கள்ளுண்டு மயங்கினவனைக் காணுமிடத்தில் உண்டு மயங்குவதால் வரும் சோர்வை நினைக்கமாட்டானோ.

94. சூது

931. வேண்டற்க வென்றிடினும் சூதினை; வென்றதூஉம்
தூண்டில்பொன் மீன்விழுங்கி யற்று.

வெற்றியே பெறுவதாலும் சூதாட்டத்தை விரும்பக்கூடாது, வென்ற வெற்றியும் தூண்டில் இரும்பை இரை என்று மயங்கி மீன் விழுகினாற்போன்றது.

932. ஒன்றுஎய்தி நூறுஇழக்கும் சூதர்க்கும் உண்டாம்கொல்
நன்றுஎய்தி வாழ்வதோர் ஆறு.

ஒரு பொருள் பெற்று நூறு மடங்கு பொருளை இழந்துவிடும் சூதாடிகளுக்கும், நன்மை பெற்று வாழும் ஒரு வழி உண்டோ.

933. உருள்ஆயம் ஓவாது கூறின் பொருளாயம்
போஒய்ப் புறமே படும்.

ஒருவன் உருளுகின்ற கருவியால் வரும் ஒரு பொருளை இடைவிடாமல் கூறி சூதாடினால், பொருள் வருவாய் அவனைவிட்டு நீங்கிப் பகைவரிடத்தில் சேரும்.

934. சிறுமை பலசெய்து சீர்அழிக்கும் சூதின்
வறுமை தருவதுஒன்று இல்.

ஒருவனுக்குத் துன்பம் பலவற்றையும் உண்டாக்கி அவனுடைய புகழைக் கெடுக்கின்ற சூதைபோல் வறுமை தருவது வேறொன்றும் இல்லை.

935. கவறும் கழகமும் கையும் தருக்கி
இவறியார் இல்லாகி யார்.

சூதாடும் கருவியும், ஆடும் இடமும், கைத்திறமையும் மதித்துக் கைவிடாதவர், (எல்லாப் பொருள் உடையவராக இருந்தும்) இல்லாதவர் ஆகிவிடுவார்.

திருக்குறள் / II. பொருட்பால் / 6. நட்பியல்

936. அகடுஆரார் அல்லல் உழப்பர் சூதுஎன்னும்
முகடியால் மூடப்பட் டார்.

சூது என்று சொல்லப்படும் மூதேவியால் விழுங்கப்பட்டவர், வயிறு நிறைய உணவும் உண்ணாதவராகிப் பல துன்பப்பட்டு வருந்துவர்.

937. பழகிய செல்வமும் பண்பும் கெடுக்கும்
கழகத்துக் காலை புகின்.

சூதாடுமிடத்தில் ஒருவனுடைய காலம் கழியும் ஆனால் அது அவனுடைய பழைமையாய் வந்த செல்வத்தையும் இயல்பான நற்பண்பையும் கெடுக்கும்.

938. பொருள்கெடுத்துப் பொய்மேல் கொளீஇ அருள்கெடுத்து
அல்லல் உழப்பிக்கும் சூது.

சூது உள்ள பொருளை அழித்துப் பொய்யை மேற்கொள்ளச் செய்து அருளையும் கெடுத்துப் பல வகையிலும் துன்பமுற்று வருந்தச் செய்யும்.

939. உடைசெல்வம் ஊண்ஒளி கல்விஎன்று ஐந்தும்
அடையாவாம் ஆயம் கொளின்.

சூதாடுதலை ஒருவன் மேற்கொண்டால், புகழ், கல்வி, செல்வம், உணவு, உடை ஆகிய ஐந்தும் அவனைச் சேராமல் ஒதுங்கும்.

940. இழத்தொறூஉம் காதலிக்கும் சூதேபோல் துன்பம்
உழத்தொறூஉம் காதற்று உயிர்.

பொருள் வைத்து இழக்க இழக்க மேன்மேலும் விருப்பத்தை வளர்க்கும் சூதாட்டம்போல், உடல் துன்பப்பட்டு வருந்த வருந்த உயிர் மேன்மேலும் காதல் உடையதாகும்.

95. மருந்து

**941. மிகினும் குறையினும் நோய்செய்யும் நூலோர்
வளிமுதலா எண்ணிய மூன்று.**

மருத்துவ நூலோர் வாதம், பித்தம், சிலேத்துமம் என எண்ணிய மூன்று அளவுக்கு மிகுந்தாலும் குறைந்தாலும் நோய் உண்டாகும்.

**942. மருந்துஎன வேண்டாவாம் யாக்கைக்கு அருந்தியது
அற்றது போற்றி உணின்.**

முன் உண்ட உணவு செரித்த தன்மை ஆராய்ந்து போக்கிய பிறகு தக்க அளவு உண்டால், உடம்புக்கு மருந்து என ஒன்று வேண்டியதில்லை.

**943. அற்றால் அளவுஅறிந்து உண்க; அஃதுடம்பு
பெற்றான் நெடிதுஉய்க்கும் ஆறு.**

முன் உண்ட உணவு செரித்துவிட்டால், பின் வேண்டிய அளவு அறிந்து உண்ண வேண்டும், அதுவே உடம்பு பெற்றவன் அதை நெடுங்காலம் செலுத்தும் வழியாகும்.

**944. அற்றது அறிந்து கடைப்பிடித்து மாறுஅல்ல
துய்க்க துவரப் பசித்து.**

முன் உண்ட உணவு செரித்த தன்மையை அறிந்து மாறுபாடில்லாத உணவுகளைக் கடைப்பிடித்து அவற்றையும் பசித்த பிறகு உண்ண வேண்டும்.

**945. மாறுபாடு இல்லாத உண்டி மறுத்துஉண்ணின்
ஊறுபாடு இல்லை உயிர்க்கு.**

மாறுபாடில்லாதா உணவை அளவோடு உண்டால், உயிர் உடம்பில் வாழ்வதற்கு இடையூறான நோய் இல்லை.

946. இழிவுஅறிந்து உண்பான்கண் இன்பம்போல் நிற்கும்
கழிபே ரிரையான்கண் நோய்.

குறைந்த அளவு இன்னதென்று அறிந்து உண்பவனிடத்தில் இன்பம் நிலைநிற்பதுபோல, மிகப்பெரிதும் உண்பவனிடத்தில் நோய் நிற்கும்.

947. தீயளவு அன்றித் தெரியான் பெரிதுஉண்ணின்
நோயளவு இன்றிப் படும்.

பசித்தீயின் அளவின்படி அல்லாமல், அதை ஆராயாமல் மிகுதியாக உண்டால், அதனால் நோய்கள் அளவில்லாமல் ஏற்பட்டுவிடும்.

948. நோய்நாடி நோய்முதல் நாடி அதுதணிக்கும்
வாய்நாடி வாய்ப்பச் செயல்.

நோய் இன்னதென்று ஆராய்ந்து, நோயின் காரணம் ஆராய்ந்து, அதைத் தணிக்கும் வழியையும் ஆராய்ந்து, உடலுக்கு பொருந்தும்படியாகச் செய்யவேண்டும்.

949. உற்றான் அளவும் பிணிஅளவும் காலமும்
கற்றான் கருதிச் செயல்.

மருத்துவ நூலைக் கற்றவன், நோயுற்றவனுடைய வயது முதலியவற்றையும், நோயின் அளவையும், காலத்தையும் ஆராய்ந்து செய்ய வேண்டும்.

950. உற்றவன் தீர்ப்பான் மருந்துஉழைச் செல்வான்என்று
அப்பால்நாற் கூற்றே மருந்து.

நோயுற்றவன், நோய் தீர்க்கும் மருத்துவன், மருந்து, மருந்தை அங்கிருந்து கொடுப்பவன் என்று மருத்துவ முறை அந்த நான்குவகை பாகுபாடு உடையது.

96. குடிமை

951. இற்பிறந்தார் கண்அல்லது இல்லை இயல்பாகச்
செப்பமும் நாணும் ஒருங்கு.

நடுவு நிலைமையும் நாணமும் உயர்குடியில் பிறந்தவனிடத்தில் அல்லாமல் மற்றவரிடத்தில் இயல்பாக ஒருசேர அமைவதில்லை.

952. ஒழுக்கமும் வாய்மையும் நாணும்இம் மூன்றும்
இழுக்கார் குடிப்பிறந் தார்.

உயர் குடியில் பிறந்தவர் ஒழுக்கமும் வாய்மையும் நாணமும் ஆகிய இம்மூன்றிலிருந்தும் வழுவாமல் இயல்பாகவே நன்னெறியில் வாழ்வர்.

953. நகைஈகை இன்சொல் இகழாமை நான்கும்
வகைஎன்ப வாய்மைக் குடிக்கு.

உண்மையான உயர்குடியில் பிறந்தவர்க்கு முக மலர்ச்சி, ஈகை, இனிய சொல், பிறரை இகழ்ந்து கூறாமை ஆகிய நான்கும் நல்ல பண்புகள் என்பர்.

954. அடுக்கிய கோடி பெறினும் குடிப்பிறந்தார்
குன்றுவ செய்தல் இலர்.

பல கோடி பொருளைப் பெறுவதாக இருந்தாலும் உயர் குடியில் பிறந்தவர் தம் குடியின் சிறப்புக் குன்றுவதற்கு காரணமான குற்றங்களைச் செய்வதில்லை.

955. வழங்குவது உள்வீழ்ந்தக் கண்ணும் பழங்குடி
பண்பில் தலைப்பிரிதல் இன்று.

தாம் பிறர்க்குக் கொடுத்துதவும் வன்மை வறுமையால் சுருங்கிய போதிலும், பழம் பெருமை உடைய குடியில் பிறந்தவர் தம் பண்பிலிருந்து நீங்குவது இல்லை.

திருக்குறள் / II. பொருட்பால் / 6. நட்பியல்

956. சலம்பற்றிச் சால்புஇல செய்யார்மாசு அற்ற
குலம்பற்றி வாழ்தும்என் பார்.

மாசற்ற குடிப் பண்புடன் வாழ்வோம் என்று கருதி வாழ்வோர், வஞ்சனைகொண்டு தகுதியில்லாதவற்றைக் செய்யமாட்டார்.

957. குடிப்பிறந்தார் கண்விளங்கும் குற்றம் விசும்பின்
மதிக்கண் மறுப்போல் உயர்ந்து.

உயர் குடியில் பிறந்தவரிடத்தில் உண்டாகும் குற்றம், ஆகாயத்தில் திங்களிடம் காணப்படும் களங்கம்போல் பலரறியத் தோன்றும்.

958. நலத்தின்கண் நார்இன்மை தோன்றின் அவனைக்
குலத்தின்கண் ஐயப் படும்.

ஒருவனுடைய நல்ல பண்புகளுக்கிடையில் அன்பற்ற தன்மைக் காணப்பட்டால், அவனை அவனுடைய குடிப்பிறப்பு பற்றி ஐயப்பட நேரும்.

959. நிலத்தில் கிடந்தமை கால்காட்டும் காட்டும்
குலத்தில் பிறந்தார்வாய்ச் சொல்.

இன்ன நிலத்தில் இருந்து முளைத்தது என்பதை முளை காட்டும், அதுபோல் குடியிற் பிறந்தவரின் வாய்ச் சொல் அவருடைய குடிப்பிறப்பைக் காட்டும்.

960. நலம்வேண்டின் நாண்உடைமை வேண்டும் குலம்வேண்டின்
வேண்டுக யார்க்கும் பணிவு.

ஒருவனுக்கு நன்மை வேண்டுமானால் நாணம் உடையவனாக வேண்டும், குடியின் உயர்வு வேண்டுமானால் எல்லோரிடத்தும் பணிவு வேண்டும்.

97. மானம்

961. **இன்றி அமையாச் சிறப்பின ஆயினும்**
குன்ற வருப விடல்.

இன்றியமையாத சிறப்பை உடைய செயல்களே ஆயினும் குடிப்பெருமை தாழுமாறு வரும் செயல்களை ஒருவன் செய்யாமல்விட வேண்டும்.

962. **சீரினும் சீர்அல்ல செய்யாரே சீரொடு**
பேராண்மை வேண்டு பவர்.

புகழோடு பெரிய ஆண்மையும் விரும்புகின்றவர், புகழ்தோடும் வழியிலும் குடிப்பெருமைக்கு ஒவ்வாத செயல்களைச் செய்யமாட்டார்.

963. **பெருக்கத்து வேண்டும் பணிதல் சிறிய**
சுருக்கத்து வேண்டும் உயர்வு.

செல்வம் பெருகியுள்ள காலத்தில் ஒருவனுக்குப் பண்பு வேண்டும், செல்வம் குறைந்து சுருங்கும் வறுமையுள்ள காலத்தில் பணியாத உயர்வு.

964. **தலையின் இழிந்த மயிர்அனையர் மாந்தர்**
நிலையின் இழிந்தக் கடை.

மக்கள் தம் உயர்வுக்கு உரிய நிலையிலிருந்து தாழ்ந்தபோது, தலையிலிருந்து விழுந்து தாழ்வுற்ற மயிரினைப் போன்றவர் ஆவர்.

965. **குன்றின் அனையாரும் குன்றுவர் குன்றுவ**
குன்றி அனைய செயின்.

மலைபோல் உயர்ந்த நிலையில் உள்ளவரும், தாழ்வுக்கு காரணமான செயல்களை ஒரு குன்றிமனி அளவு செய்தாலும் தாழ்ந்து போய்விடுவர்

966. புகழ்இன்றால் புத்தேள்நாட்டு உய்யாதால்; என்மற்று
நிகழ்வார்பின் சென்று நிலை?

மதியாமல் இகழ்கின்றவரின் பின் சென்று பணிந்து நிற்கும் நிலை, ஒருவனுக்கு புகழும் தராது, தேவர் உலகிலும் செலுத்தாது, வேறு பயன் என்ன?

967. ஒட்டார்பின் சென்றுஒருவன் வாழ்தலின் அந்நிலையே
கெட்டான் எனப்படுதல் நன்று.

மதியாதவரின் பின் சென்று ஒருவன் உயிர்வாழ் வதைவிட, அவ்வாறு செய்யாத நிலையில் நின்று அழிந்தான் என்று சொல்லப்படுதல் நல்லது.

968. மருந்தோமற்று ஊன்ஓம்பும் வாழ்க்கை பெருந்தகைமை
பீடழிய வந்த இடத்து?

ஒருவனுடைய பெருந்தகைமை தன் சிறப்புக்கெட நேர்ந்தபோது, அவன் உடம்பை மட்டும் காத்து வாழும் வாழ்க்கை சாவாமைக்கு மருந்தோ

969. மயிர்நீப்பின் வாழாக் கவரிமா அன்னார்
உயிர்நீப்பர் மானம் வரின்.

தன் உடம்பிலிருந்து மயிர் நீங்கினால் உயிர்வாழாத கவரிமானைப் போன்றவர் மானம் அழிய நேர்ந்தால் உயிரை விட்டுவிடுவர்.

970. இளியவரின் வாழாத மானம் உடையார்
ஒளிதொழுது ஏத்தும் உலகு.

தமக்கு யாதேனும் இழிவு நேர்ந்தால் உயிர் வாழாத மானம் உடையவரின் புகழை உலகத்தார் தொழுது ஏத்தி நிற்பார்கள்.

98. பெருமை

971. ஒளிஒருவற்கு உள்ள வெறுக்கை இளிஒருவற்கு
அஃதுஇறந்து வாழ்தும் எனல்.

ஒருவனுக்கு ஒளி ஊக்கமிகுதியே ஆகும், ஒருவனுக்கு இழிவு அந்த ஊக்கம் இல்லாமலேயே உயிர் வாழலாம் என்று எண்ணுதலாம்.

972. பிறப்புஒக்கும் எல்லா உயிர்க்கும் சிறப்புஒவ்வா
செய்தொழில் வேற்றுமை யான்.

எல்லா உயிர்க்கும் பிறப்பு ஒருத்தன்மையானதே, ஆயினும் செய்கின்ற தொழில்களின் உயர்வு தாழ்வு வேறுபாடுகளால் சிறப்பியல்பு ஒத்திருப்பதில்லை.

973. மேல்இருந்து மேல்அல்லார் மேல்அல்லர் கீழ்இருந்தும்
கீழ்அல்லார் கீழ்அல் லவர்.

மேல்நிலையில் இருந்தாலும் மேன்மைப் பண்பு இல்லாதவர் மேலானவர் அல்லர், கீழ் நிலையில் இருந்தாலும் இழிகுணம் இல்லாதவர் கீழ் மக்கள் அல்லர்.

974. ஒருமை மகளிரே போலப் பெருமையும்
தன்னைத்தான் கொண்டுஒழுகின் உண்டு.

ஒரு தன்மையான கற்புடைய மகளிரைப்போல் பெருமைப் பண்பும் ஒருவன் தன்னைத் தான் காத்துக்கொண்டு நடந்தால் உளதாகும்.

975. பெருமை உடையவர் ஆற்றுவார் ஆற்றின்
அருமை உடைய செயல்.

பெருமைப் பண்பு உடையவர் செய்வதற்கு அருமையான செயலைச் செய்வதற்கு உரிய நெறியில் செய்து முடிக்க வல்லவர் ஆவர்.

**976. சிறியார் உணர்ச்சியுள் இல்லை பெரியாரைப்
பேணிக்கொள் வேம்என்னும் நோக்கு.**

பெரியாரை விரும்பிப் போற்றுவோம் எண்ணும் உயர்ந்த நோக்கம், அவருடைய சிறப்பை உணராத சிறியோரின் உணர்ச்சியில் இல்லை.

**977.இறப்பே புரிந்த தொழிற்றாம் சிறப்பும்தான்
சீரல் லவர்கண் படின்.**

சிறப்பு நிலையும் தனக்கு பொருந்தாத சீரற்ற கீழ் மக்களிடம் ஏற்பட்டால், வரம்பு மீறிய செயலை உடையதாகும்.

**978.பணியுமாம் என்றும் பெருமை சிறுமை
அணியுமாம் தன்னை வியந்து.**

பெருமைப் பண்பு எக்காலத்திலும் பணிந்து நடக்கும், ஆனால் சிறுமையோ தன்னைத் தானே வியந்து பாராட்டிக் கொள்ளும்.

**979.பெருமை பெருமிதம் இன்மை சிறுமை
பெருமிதம் ஊர்ந்து விடல்.**

பெருமைப் பண்பு செருக்கு இல்லாமல் வாழ்தல், சிறுமையோ செருக்கே மிகுந்து அதன் எல்லையில் நின்று விடுவதாகும்.

**980. அற்றம் மறைக்கும் பெருமை சிறுமைதான்
குற்றமே கூறி விடும்.**

பெருமைப் பண்பு பிறருடைய குறைப்பாட்டை மறைக்கும், சிறுமையோ பிறருடைய குற்றத்தையே எடுத்துச் சொல்லிவிடும்.

99. சான்றாண்மை

981. கடன்என்ப நல்லவை எல்லாம் கடன்அறிந்து
சான்றாண்மை மேற்கொள் பவர்க்கு.

கடமை இவை என்று அறிந்து சான்றான்மை மேற்கொண்டு நடப்பவர்க்கு நல்லவை எல்லாம் இயல்பான கடமை என்று கூறுவர்.

982. குணநலம் சான்றோர் நலனே; பிறநலம்
எந்நலத்து உள்ளதூஉம் அன்று.

சான்றோரின் நலம் என்று கூறப்படுவது அவர் உடைய பண்புகளின் நலமே, மற்ற நலம் வேறு எந்த நலத்திலும் சேர்ந்துள்ளதும் அன்று.

983. அன்புநாண் ஒப்புரவு கண்ணோட்டம் வாய்மையொடு
ஐந்துசால்பு ஊன்றிய தூண்.

அன்பு, நாணம்,ஒப்புரவு, கண்ணோட்டம், வாய்மை, என்னும் ஐந்து பண்புகளும், சால்பு என்பதைத் தாங்கியுள்ள தூண்களாகும்.

984. கொல்லா நலத்தது நோன்மை; பிறர்தீமை
சொல்லா நலத்தது சால்பு.

தவம் ஓர் உயிரையும் கொல்லாத அறத்தை அடிப்படையாகக் கொண்டது, சால்பு பிறருடையத் தீமையை எடுத்துச் சொல்லாத நற்பண்பை அடிப்படையாகக் கொண்டது.

985. ஆற்றுவார் ஆற்றல் பணிதல்; அதுசான்றோர்
மாற்றாரை மாற்றும் படை.

ஆற்றலுடையவரின் ஆற்றலாவது பணிவுடன் நடத்தலாகும், அது சான்றோர் தம் பகைவரைப் பகைமையிலிருந்து மாற்றுகின்ற கருவியாகும்.

986. சால்பிற்குக் கட்டளை யாதெனின் தோல்வி
துலையல்லார் கண்ணும் கொளல்.

சால்புக்கு உரைகல்போல் மதிப்பிடும் கருவி எது என்றால் தமக்கு ஒப்பில்லாத தாழ்ந்தோர் இடத்திலும் தோல்வியை ஏற்றுக்கொள்ளும் பண்பாகும்.

987. இன்னாசெய் தார்க்கும் இனியவே செய்யாக்கால்
என்ன பயத்ததோ சால்பு?

துன்பமானவற்றைச் செய்தவர்க்கும் இனிய உதவிகளைச் செய்யாவிட்டால், சான்றோரின் சால்பு என்ன பயன் உடையதாகும்?

988. இன்மை ஒருவற்கு இளிவுஅன்று சால்புஎன்னும்
திண்மைஉண் டாகப் பெறின்.

சால்பு என்னும் வலிமை உண்டாகப் பெற்றால் ஒருவனுக்குப் பொருள் இல்லாத குறையாகிய வறுமை இழிவானது அன்று.

989. ஊழி பெயரினும் தாம்பெயரார் சான்றாண்மைக்கு
ஆழி எனப்படு வார்.

சால்பு என்னும் தன்மைக்குக் கடல் என்று புகழப்படுகின்றவர், ஊழிக்காலத்தின் வேறுபாடுகளே நேர்ந்தாலும் தாம் வேறுபடாமல் இருப்பர்.

990. சான்றவர் சான்றாண்மை குன்றின் இருநிலம்தான்
தாங்காது மன்னோ பொறை.

சான்றோரின் சால்பு நிறைந்த பண்பு குறைபடுமானால் இந்தப் பெரிய நிலவுலகமும் தன் பாரத்தைத் தாங்க முடியாமற் போய்விடும்.

100. பண்புடைமை

991. எண்பதத்தால் எய்தல் எளிதுஎன்ப யார்மாட்டும்
பண்புஉடைமை என்னும் வழக்கு.

பண்பு உடையவராக வாழும் நல்வழியை, யாரிடத்திலும் எளிய செவ்வியுடன் இருப்பதால் அடைவது எளிது என்று கூறுவர்.

992. அன்புஉடைமை ஆன்ற குடிப்பிறத்தல் இவ்விரண்டும்
பண்புஉடைமை என்னும் வழக்கு.

அன்புடையவராக இருத்தல், உயர்ந்த குடியில் பிறந்த தன்மை அமைந்திருத்தல் ஆகிய இவ்விரண்டும் பண்பு உடையவராக வாழும் நல்வழியாகும்.

993. உறுப்புஒத்தல் மக்கள்ஒப்பு அன்றால் வெறுத்தக்க
பண்புஒத்தல் ஒப்பதாம் ஒப்பு.

உடம்பால் ஒத்திருத்தல் மக்களேடு ஒப்புமை அன்று, பொருந்தத்தக்க பண்பால் ஒத்திருத்தலே கொள்ளத்தக்க ஒப்புமையாகும்.

994. நயனொடு நன்றி புரிந்த பயன்உடையார்
பண்புபா ராட்டும் உலகு.

நீதியையும் நன்மையையும் விரும்பிப் பிறர்க்குப் பயன்பட வாழும் பெரியோரின் நல்ல பண்பை உலகத்தார் போற்றிக் கொண்டாடுவர்.

995. நகையுள்ளும் இன்னாது இகழ்ச்சி பகையுள்ளும்
பண்புஉள பாடுஅறிவார் மாட்டு.

ஒருவனை இகழ்ந்து பேசுதல் விளையாட்டிலும் துன்பம் தருவதாகும், பிறருடைய இயல்பை அறிந்து நடப்பவரிடத்தில் பகைமையிலும் நல்ல பண்புகள் உள்ளன.

996. பண்புஉடையார்ப் பட்டுஉண்டு உலகம் அதுஇன்றேல்
மண்புக்கு மாய்வது மன்.

பண்பு உடையவரிடத்தில் பொருந்தியிருப்பதால் உலகம் உள்ளதாய் இயங்குகின்றது, அஃது இல்லையானால் மண்ணில் புகுந்து அழிந்துபோகும்.

997. அரம்போலும் கூர்மைய ரேனும் மரம்போல்வர்
மக்கட்பண்பு இல்லா தவர்.

மக்களுக்கு உரிய பண்பு இல்லாதவர் அரம்போல் கூர்மையான அறிவுடையவரானாலும், மரத்தைப் போன்றவரே ஆவர்.

998. நண்புஆற்றா ராகி நயம்இல செய்வார்க்கும்
பண்புஆற்றார் ஆதல் கடை.

நட்பு கொள்ள முடியாதவராய்த் தீயவை செய்கின்றவரிடத்திலும் பண்பு உடையவராய் நடக்க முடியாமை இழிவானதாகும்.

999. நகல்வல்லர் அல்லார்க்கு மாயிரு ஞாலம்
பகலும்பாற் பட்டன்று இருள்.

பிறரோடு கலந்து பழகி மகிழ முடியாதவர்க்கு, மிகப்பெரிய இந்த உலகம் ஒளியுள்ள பகற்காலத்திலும் இருளில் கிடப்பதாம்.

1000. பண்புஇலான் பெற்ற பெருஞ்செல்வம் நன்பால்
கலம்தீமை யால்திரிந் தற்று.

பண்பு இல்லாதவன் பெற்ற பெரிய செல்வம், வைத்த கலத்தின் தீமையால் நல்ல பால் தன் சுவை முதலியன கெட்டாற்போன்றதாகும்.

101. நன்றியில் செல்வம்

1001. வைத்தான்வாய் சான்ற பெரும்பொருள் அஃதுஉண்ணான்
செத்தான் செயக்கிடந்தது இல்.

ஒருவன் நிறைந்த பெரும் பொருளைச் சேர்த்து வைத்து அதை உண்டு நுகராமல் இறந்து போனால் அவன் அந்த பொருளால் செய்ய முடிந்தது ஒன்றுமில்லை.

1002. பொருளான்ஆம் எல்லாம்என்று ஈயாது இவறும்
மருளான்ஆம் மாணாப் பிறப்பு.

பொருளால் எல்லாம் ஆகும் என்று பிறர்க்கு ஒன்றும் கொடுக்காமல் இறுகப்பற்றிய மயக்கத்தால் சிறப்பில்லாத பிறவி உண்டாம்.

1003. ஈட்டம் இவறி இசைவேண்டா ஆடவர்
தோற்றம் நிலக்குப் பொறை.

சேர்த்துவைப்பதையே விரும்பிப் பற்றுள்ளம் கொண்டு புகழை விரும்பாத மக்கள் பிறந்து வாழ்தல் நிலத்திற்கு பாரமே ஆகும்.

1004. எச்சம்என்று என்எண்ணும் கொல்லோ ஒருவரால்
நச்சப் படாஅ தவன்?

பிறர்க்கு உதவியாக வாழாத காரணத்தால் ஒருவராலும் விரும்பப்படாதவன், தான் இறந்த பிறகு எஞ்சி நிற்பது என்று எதனை எண்ணுவானே.

1005. கொடுப்பதூஉம் துய்ப்பதூஉம் இல்லார்க்கு அடுக்கிய
கோடிஉண் டாயினும் இல்.

பிறர்க்கு கொடுத்து உதவுவதும் தான் நுகர்வதும் இல்லாதவர்க்கு மேன்மேலும் பெருகிய பல கோடிப் பொருள் உண்டானாலும் பயன் இல்லை.

1006. ஏதம் பெருஞ்செல்வம் தான்துவ்வான் தக்கார்க்குஒன்று
ஈதல் இயல்பிலா தான்.

தானும் நுகராமல் தக்கவற்கு ஒன்று கொடுத்து உதவும் இயல்பும் இல்லாமல் வாழ்கின்றவன், தன்னிடமுள்ள பெருஞ்செல்வத்திற்கு ஒரு நோய் ஆவான்.

1007. அற்றார்க்குஒன்று ஆற்றாதான் செல்வம் மிகநலம்
பெற்றாள் தமியள்மூத் தற்று.

பொருள் இல்லாத வறியவர்க்கு ஒரு பொருள் கொடுத்து உதவாதவனுடைய செல்வம், மிக்க அழகு பெற்றவள் தனியாக வாழ்ந்து முதுமையுற்றாற் போன்றது.

1008. நச்சுப் படாதவன் செல்வம் நடுஊருள்
நச்சு மரம்பழுத் தற்று.

பிறர்க்கு உதவாத காரணத்தால் ஒருவராலும் விரும்பப்படாதவனுடைய செல்வம், ஊர் நடுவில் நச்சு மரம் பழுத்தாற்போன்றது.

1009. அன்புஒரீஇத் தன்செற்று அறம்நோக்காது ஈட்டிய
ஒண்பொருள் கொள்வார் பிறர்.

பிறரிடம் செலுத்தும் அன்பையும் விட்டுத் தன்னையும் வருத்தி அறத்தையும் போற்றாமல் சேர்த்து வைத்த பெரும் பொருளைப் பெற்று நுகர்பவர் மற்றவரே.

1010. சீருடைச் செல்வர் சிறுதுனி மாரி
வறம்கூர்ந் தனையது உடைத்து.

புகழ் பொருந்திய செல்வர் உற்ற சிறிய வறுமை உலகத்தைக் காக்க வல்ல மேகம் வறுமை மிகுந்தாற் போன்ற தன்மை உடையது.

102. நாணுடைமை

1011. கருமத்தால் நாணுதல் நாணுத் திருநுதல்
நல்லவர் நாணுப் பிற.

தகாத செயல் காரணமாக நாணுவதே நாணமாகும், பெண்களுக்கு இயல்பான மற்ற நாணங்கள் வேறு வகையானவை.

1012. ஊண்உடை எச்சம் உயிர்க்குஎல்லாம் வேறுஅல்ல
நாண்உடைமை மாந்தர் சிறப்பு.

உணவும், உடையும் எஞ்சி நிற்கும் மற்றவையும், எல்லா உயிர்களுக்கும் பொதுவானவை, மக்களின் சிறப்பியல்பாக விளங்குவது நாணுடைமையே ஆகும்.

1013. ஊனைக் குறித்த உயிரெல்லாம் நாண்என்னும்
நன்மை குறித்தது சால்பு.

எல்லா உயிர்களும் ஊனாலாகிய உடம்பை இருப்பிடமாகக் கொண்டவை, சால்பு என்பது நாணம் என்று சொல்லப்படும் நல்ல பண்பை இருப்பிடமாகக் கொண்டது.

1014. அணிஅன்றோ நாண்உடைமை சான்றோர்க்கு அஃதுஇன்றேல்
பிணிஅன்றோ பீடு நடை.

சான்றோர்க்கு நாணுடைமை அணிகலம் அன்றோ, அந்த அணிகலம் இல்லையானால் பெருமிதமாக நடக்கும் நடை ஒரு நோய் அன்றோ.

1015. பிறர்பழியும் தம்பழியும் நாணுவார் நாணுக்கு
உறைபதி என்னும் உலகு.

பிறர்க்கு வரும் பழிக்காகவும், தமக்கு வரும் பழிக்காகவும் நாணுகின்றவர் நாணத்திற்கு உறைவிடமானவர் என்று உலகம் சொல்லும்.

**1016. நாண்வேலி கொள்ளாது மன்னோ வியன்ஞாலம்
பேணலர் மேலா யவர்.**

நாணமாகிய வேலியை தமக்கு காவலாகச் செய்துகொள்ளாமல், மேலோர் பரந்த உலகில் வாழும் வாழ்க்கை விரும்பி மேற்கொள்ளமாட்டார்.

**1017. நாணால் உயிரைத் துறப்பர் உயிர்ப்பொருட்டால்
நாண்துறவார் நாண்ஆள் பவர்.**

நாணத்தை தமக்குரிய பண்பாகக் கொள்பவர் நாணத்தால் உயிரை விடுவர், உயிரைக் காக்கும் பொருட்டாக நாணத்தை விடமாட்டார்.

**1018. பிறர்நாணத் தக்கது தான்நாணான் ஆயின்
அறம்நாணத் தக்கது உடைத்து.**

ஒருவன் மற்றவர் நாணத்தக்க பழிக்குக் காரணமாக இருந்தும் தான் நாணாமலிருப்பானானால், அறம் நாணி அவனைக் கைவிடும் தன்மையுடையதாகும்.

**1019. குலம்சுடும் கொள்கை பிழைப்பின் நலம்சுடும்
நாணின்மை நின்றக் கடை.**

ஒருவன் கொள்கை தவறினால், அத்தவறு அவனுடைய குடிப்பிறப்பைத் கெடுக்கும், நாணில்லாத தன்மை நிலை பெற்றால் நன்மை எல்லாவற்றையும் கெடுக்கும்.

**1020. நாண்அகத்து இல்லார் இயக்கம் மரப்பாவை
நாணால் உயிர்மருட்டி யற்று.**

மனத்தில் நாணம் இல்லாதவர் உலகத்தில் இயங்குதல், மரத்தால் செய்த பாவையைக் கயிறு கொண்டு ஆட்டி உயிருள்ளதாக மயக்கினாற் போன்றது.

103. குடிசெயல் வகை

1021. கருமம் செயஒருவன் கைதூவேன் என்னும்
பெருமையின் பீடுஉடையது இல்.

குடிப் பெருமைக்கு உரிய கடமையைச் செய்வதற்குச் சோர்வடைய மாட்டேன் என்று ஒருவன் முயலும் பெருமையைப்போல மேம்பாடானது வேறொன்றும் இல்லை.

1022. ஆள்வினையும் ஆன்ற அறிவும் எனஇரண்டின்
நீள்வினையால் நீளும் குடி.

முயற்சி நிறைந்த அறிவு என்று சொல்லப்படும் இரண்டினையும் உடைய இடைவிடாத செயலால் ஒருவனுடைய குடி உயர்ந்து விளங்கும்.

1023. குடிசெய்வல் என்னும் ஒருவற்குத் தெய்வம்
மடிதற்றுத் தான்முந் துறும்.

என் குடியை உயரச் செய்வேன் என்று முயலும் ஒருவனுக்கு ஊழ், ஆடையைக் கட்டிக்கொண்டு தானே முன் வந்து துணை செய்யும்.

1024. சூழாமல் தானே முடிவுஎய்தும் தங்குடியைத்
தாழாது உஞற்று பவர்க்கு.

தம் குடி உயர்வதற்கான செயலை விரைந்து முயன்று செய்வோர்க்கு அவர் ஆராயமலே அச்செயல் தானே நிறைவேறும்.

1025. குற்றம் இலனாய்க் குடிசெய்து வாழ்வானைச்
சுற்றமாச் சுற்றும் உலகு.

குற்றம் இல்லாதவனாய்க் குடி உயர்வதற்கான செயல் செய்து வாழ்கின்றவனை உலகத்தார் சுற்றமாக விரும்பிச் சூழ்ந்துகொள்வர்.

திருக்குறள் / II. பொருட்பால் / 6. நட்பியல்

1026. நல்ஆண்மை என்பது ஒருவற்குத் தான்பிறந்த
இல்ஆண்மை ஆக்கிக் கொளல்.

ஒருவனுக்கு நல்ல ஆண்மை என்று சொல்லப்படுவது தான் பிறந்த குடியை ஆளும் சிறப்பைத் தனக்கு உண்டாக்கிக் கொள்வதாகும்.

1027. அமர்அகத்து வன்கண்ணர் போலத் தமர்அகத்தும்
ஆற்றுவார் மேற்றே பொறை.

போர்க்களத்தில் பலரிடையே பொறுப்பை ஏற்றுக்கொள்ளும் அஞ்சாத வீரரைப்போல் குடியில் பிறந்தவரிடையிலும் தாங்க வல்லவர் மேல் தான் பொறுப்பு உள்ளது.

1028. குடிசெய்வார்க்கு இல்லை பருவம் மடிசெய்து
மானம் கருதக் கெடும்.

குடி உயர்வதற்கான செயல் செய்கின்றவர்க்கு உரிய காலம் என்று ஒன்று இல்லை, சோம்பல் கொண்டு தம் மானத்தைக் கருதுவாரானால் குடிப்பெருமை கெடும்.

1029. இடும்பைக்கே கொள்கலம் கொல்லோ குடும்பத்தைக்
குற்றம் மறைப்பான் உடம்பு.

தன் குடிக்கு வரக்கூடிய குற்றத்தை வராமல் நீக்க முயல்கின்ற ஒருவனுடைய உடம்பு துன்பத்திற்கே இருப்பிடமானதோ.

1030. இடுக்கண்கால் கொன்றிட வீழும் அடுத்துஊன்றும்
நல்ஆள் இலாத குடி.

துன்பம் வந்தபோது உடனிருந்து தாங்கவல்ல நல்ல ஆள் இல்லாத குடி, துன்பமாகிய கோடரி அடியில் வெட்டி வீழ்த்த விழுந்துவிடும்.

104. உழவு

1031. சுழன்றும்ஏர்ப் பின்னது உலகம் அதனால்
உழந்தும் உழவே தலை.

உலகம் பல தொழில் செய்து சுழன்றாலும் ஏர்த் தொழிலின் பின் நிற்கின்றது, அதனால் எவ்வளவு துன்புற்றாலும் உழவுத் தொழிலே சிறந்தது.

1032. உழுவார் உலகத்தார்க்கு ஆணிஅஃது ஆற்றாது
எழுவாரை எல்லாம் பொறுத்து.

உழவு செய்ய முடியாமல் உயிர் வாழ்கின்றவர், எல்லாரையும் தாங்குவதால், உழவு செய்கின்றவர் உலகத்தாருக்கு அச்சாணி போன்றவர்.

1033. உழுதுஉண்டு வாழ்வாரே வாழ்வார்மற்று எல்லாம்
தொழுதுஉண்டு பின்செல் பவர்.

உழவு செய்து அதனால் கிடைத்ததைக்கொண்டு வாழ்கின்றவரே உரிமையோடு வாழ்கின்றவர், மற்றவர் எல்லோரும் உழவரைத் தொழுது உண்டு பின் செல்கின்றவரே.

1034. பலகுடை நீழலும் தம்குடைக்கீழ்க் காண்பர்
அலகுஉடை நீழ லவர்.

நெல் வளம் உடைய தண்ணளி பொருந்திய உழவர், பல அரசரின் குடை நிழல்களையும் தம் குடையின் கீழ் காணவல்லவர் ஆவர்.

1035. இரவார் இரப்பார்க்குஒன்று ஈவர் கரவாது
கைசெய்துஊண் மாலை யவர்.

கையால் தொழில் செய்து உணவு தேடி உண்ணும் இயல்புடைய தொழிலாளர், பிறரிடம் சென்று இரக்கமாட்டார், தம்மிடம் இரந்தவர்க்கு ஒளிக்காமல் ஒரு பொருள் ஈவார்.

**1036. உழவினார் கைம்மடங்கின் இல்லை விழைவதூஉம்
விட்டேம்என் பார்க்கும் நிலை.**

உழவருடைய கை, தொழில் செய்யாமல் மடங்கியிருக்குமானால், விரும்புகின்ற எந்தப் பற்றையும் விட்டுவிட்டோம் என்று கூறும் துறவிகளுக்கும் வாழ்வு இல்லை.

**1037. தொடிப்புழுதி கஃசா உணக்கின் பிடித்துஎருவும்
வேண்டாது சாலப் படும்.**

ஒரு பலம் புழுதி கால்பலம் ஆகும்படி உழுது காயவிட்டால், ஒரு பிடி எருவும் இடவேண்டாமல் அந்நிலத்தில் பயிர் செலுத்த செழித்து விளையும்.

**1038. ஏரினும் நன்றால் எருஇடுதல்; கட்டபின்
நீரினும் நன்றுஅதன் காப்பு.**

ஏர் உழுதலைவிட எரு இடுதல் நல்லது, இந்த இரண்டும் சேர்ந்து களை நீக்கிய பின், நீர் பாய்ச்சுதலைவிடக் காவல்காத்தல் நல்லது.

**1039. செல்லான் கிழவன் இருப்பின் நிலம்புலந்து
இல்லாளின் ஊடி விடும்.**

நிலத்திற்கு உரியவன் நிலத்தைச் சென்று பார்க்காமல் வாளா இருந்தால் அந்நிலம் அவனுடைய மனைவியைப்போல் வெறுத்து அவனோடு பிணங்கிவிடும்.

**1040. இலம்என்று அசைஇ இருப்பாரைக் காணின்
நிலம்என்னும் நல்லாள் நகும்.**

எம்மிடம் ஒரு பொருளும் இல்லை என்று எண்ணி வறுமையால் சோம்பியிருப்பவரைக் கண்டால், நிலமகள் தன்னுள் சிரிப்பாள்.

105. நல்குரவு

1041. இன்மையின் இன்னாதது யாதுஎனின் இன்மையின்
இன்மையே இன்னா தது.

வறுமையைப்போல் துன்பமானது எது என்று கேட்டால்,
வறுமையைப்போல் துன்பமானது வறுமை ஒன்றே ஆகும்.

1042. இன்மை எனஒரு பாவி மறுமையும்
இம்மையும் இன்றி வரும்.

வறுமை என்று சொல்லப்படும் பாவி ஒருவனை நெருங்கினால்,
அவனுக்கு மறுமையின்பமும், இன்மை யின்பமும் இல்லாமற்
போகும் நிலைமை வரும்.

1043. தொல்வரவும் தோலும் கெடுக்கும் தொகையாக
நல்குரவு என்னும் நசை.

வறுமை என்று சொல்லப்படும் ஆசைநிலை ஒருவனைப் பற்றினால்,
அவனுடைய பழைமையான குடிப்பண்பையும் புகழையும் ஒரு
சேரக் கெடுக்கும்.

1044. இற்பிறந்தார் கண்ணேயும் இன்மை இளிவந்த
சொற்பிறக்கும் சோர்வு தரும்.

வறுமை என்பது, நல்ல குடியிற்பிறந்தவரிடத்திலும் இழிவு தரும்
சொல் பிறப்பதற்குக் காரணமான சோர்வை உண்டாக்கிவிடும்.

1045. நல்குரவு என்னும் இடும்பையுள் பல்குரைத்
துன்பங்கள் சென்று படும்.

வறுமை என்று சொல்லப்படும் துன்ப நிலையினுள் பலவகையாக
வேறுபட்டுள்ள எல்லாத் துன்பங்களும் சென்று விளைந்திடும்.

1046. நற்பொருள் நன்குஉணர்ந்து சொல்லினும் நல்கூர்ந்தார்
சொற்பொருள் சோர்வு படும்.

நல்ல நூற் பொருளை நன்றாக உணர்ந்து எடுத்துச் சொன்ன போதிலும் வறியவர் சொன்ன சொற்பொருள் கேட்பார் இல்லாமல் பயன்படாமல் போகும்.

1047. அறஞ்சாரா நல்குரவு ஈன்றதா யானும்
பிறன்போல நோக்கப் படும்.

அறத்தோடு பொருந்தாத வறுமை ஒருவனைச் சேர்ந்தால் பெற்ற தாயாலும் அவன் அயலானைப்போல் புறக்கணித்துப் பார்க்கப்படுவான்.

1048. இன்றும் வருவது கொல்லோ நெருநலும்
கொன்றது போலும் நிரப்பு.

நேற்றும் கொலை செய்ததுபோல் துன்புறுத்திய வறுமை இன்றும் என்னிடம் வருமோ, (என்று வறியவன் நாள்தோறும் கலங்கி வருந்துவான்).

1049. நெருப்பினுள் துஞ்சலும் ஆகும் நிரப்பினுள்
யாதுஒன்றும் கண்பாடு அரிது.

ஒருவன் நெருப்பினுள் இருந்து தூங்குதலும் முடியும், ஆனால் வறுமை நிலையில் எவ்வகையாலும் கண்மூடித் தூங்குதல் அரிது.

1050. துப்புரவு இல்லார் துவரத் துறவாமை
உப்பிற்கும் காடிக்கும் கூற்று.

நுகரும் பொருள் இல்லாத வறியவர் முற்றுந் துறக்கக் கூடியவராக இருந்தும் துறக்காத காரணம், உப்புக்கும் கஞ்சிக்கும் எமனாக இருப்பதே ஆகும்.

106. இரவு

1051. இரக்க இரத்தக்கார்க் காணின்; கரப்பின்
அவர்பழி தம்பழி அன்று.

இரந்து கேட்க தக்கவரைக் கண்டால் அவனிடம் இரக்க வேண்டும், அவர் இல்லை என்று ஒளிப்பாரானால் அது அவர்க்குப் பழி, தமக்குப் பழி அன்று.

1052. இன்பம் ஒருவற்கு இரத்தல் இரந்தவை
துன்பம் உறாஅ வரின்.

இரந்து கேட்ட பொருள் துன்பமுறாமல் கிடைக்குமானால், அவ்வாறு இரத்தலும் இன்பம் என்று சொல்லத்தக்கதாகும்.

1053. கரப்புஇலா நெஞ்சின் கடன்அறிவார் முன்நின்று
இரப்பும்ஓர் ஏஎர் உடைத்து.

ஒளிப்பு இல்லாத நெஞ்சும், கடைமையுணர்ச்சியும், உள்ளவரின் முன்னே நின்று இரந்து பொருள் கேட்பதும் ஓர் அழகு உடைத்தாகும்.

1054. இரத்தலும் ஈதலே போலும் கரத்தல்
கனவிலும் தேற்றாதார் மாட்டு.

உள்ளதை மறைத்துக்கூறும் தன்மையைக் கனவிலும் அறியாதவரிடத்தில் இரந்து கேட்பதும் பிறர்க்கு கொடுப்பதைப் போன்ற சிறப்புடையது.

1055. கரப்பிலார் வையகத்து உண்மையால் கண்நின்று
இரப்பவர் மேற்கொள் வது.

ஒருவர் முன் நின்று இரப்பவர் அந்த இரத்தலை மேற்கொள்வது, உள்ளதை இல்லை என்று ஒளித்துக் கூறாத நன்மைகள் உலகத்தில் இருப்பதால்தான்.

1056. **கரப்புஇடும்பை இல்லாரைக் காணின் நிரப்புஇடும்பை**
எல்லாம் ஒருங்கு கெடும்.

உள்ளதை ஒளிக்கும் துன்பநிலை இல்லாதவரைக் கண்டால், இரப்பவரின் வறுமைத் துன்பம் எல்லாம் ஒரு சேரக் கெடும்.

1057. **இகழ்ந்துஎள்ளாது ஈவாரைக் காணின் மகிழ்ந்துஉள்ளம்**
உள்ளுள் உவப்பது உடைத்து.

இகழ்ந்து எள்ளாமல் பொருள் கொடுப்பவரைக் கண்டால், இரப்பவரின் உள்ளம் மகிழ்ந்து உள்ளுக்குள்ளே உவகை அடையும் தன்மையுடையதாகும்.

1058. **இரப்பாரை இல்லாயின் ஈர்ங்கண்மா ஞாலம்**
மரப்பாவை சென்றுவந் தற்று.

இரப்பவர் இல்லையானால், இப்பெரிய உலகின் இயக்கம் மரத்தால் செய்த பாவை கயிற்றினால் ஆட்டப்பட்டுச் சென்றுவந்தாற் போன்றதாகும்.

1059. **ஈவார்கண் என்உண்டாம் தோற்றம் இரந்துகோள்**
மேவார் இலாஅக் கடை?

பொருள் இல்லை என்று இரந்து அதைப் பெற்றுக்கொள்ள விரும்புவோர் இல்லாதபோது, பொருள் கொடுப்பவனிடத்தில் என்ன புகழ் உண்டாகும்.

1060. **இரப்பான் வெகுளாமை வேண்டும்; நிரப்புஇடும்பை**
தானேயும் சாலும் கரி.

இரப்பவன் எவரிடத்திலும் சினம் கொள்ளாதிருக்க வேண்டும், அவன் அடைந்துள்ள வறுமைத் துன்பமே அவனுக்கு அறிவு புகட்டும் சான்றாக அமையும்.

107. இரவச்சம்

1061. கரவாது உவந்தீயும் கண்ணன்னார் கண்ணும்
இரவாமை கோடி யுறும்.

உள்ளதை மறைக்காமல் உள்ளம் மகிழ்ந்து கொடுக்கும் கண்போல் சிறந்தவரிடத்திலும் சென்று இரவாமலிருப்பதே கோடி மடங்கு நல்லதாகும்.

1062. இரந்தும் உயிர்வாழ்தல் வேண்டின் பரந்து
கெடுக உலகுஇயற்றி யான்!

உலகத்தைப் படைத்தவன் உலகில் சிலர் இரந்தும் உயிர் வாழுமாறு ஏற்படுத்தியிருந்தால், அவன் இரப்பவரைப்போல் எங்கும் அலைந்து கெடுவானாக.

1063. இன்மை இடும்பை இரந்துதீர் வாம்என்னும்
வன்மையின் வன்பாட்டது இல்.

வறுமைத் துன்பத்தை இரப்பதன் வாயிலாகத் தீர்ப்போம் என்று கருதி முயற்சியைக் கைவிட்ட வன்மையைப்போல் வன்மையானது வேறு இல்லை.

1064. இடம்எல்லாம் கொள்ளாத் தகைத்தே இடம்இல்லாக்
காலும் இரவுஒல்லாச் சால்பு.

வாழ வழி இல்லாதபோதும் இரந்து கேட்க உடன்படாத சால்பு, உலகத்தில் இடமெல்லாம் கொள்ளாத அவ்வளவு பொருமையுடையதாகும்.

1065. தெள்நீர் அடுபுற்கை ஆயினும் தாள்தந்தது
உண்ணலின் ஊங்குஇனியது இல்.

தெளிந்த நீர்போல் சமைத்த கூழே ஆனாலும், முயற்சியால் கிடைத்ததை உண்பதைவிட இனிமையானது வேறொன்றும் இல்லை.

1066. ஆவிற்கு நீர்என்று இரப்பினும் நாவிற்கு
இரவின் இளிவந்தது இல்.

பசுவிற்கு நீர் வேண்டும் என்று அறம் நோக்கி இரந்து கேட்டாலும், இரத்தலைவிட நாவுக்கு இழிவானது மற்றொன்று இல்லை.

1067. இரப்பன் இரப்பாரை எல்லாம் இரப்பின்
கரப்பார் இரவன்மின் என்று!

இரந்து கேட்பதனால் உள்ளதை ஒளிப்பவரிடத்தில் சென்று இரக்க வேண்டாம் என்று இரப்பவர் எல்லோரையும் இரந்து வேண்டுகின்றேன்.

1068. இரவுஎன்னும் ஏமாப்புஇல் தோணி கரவுஎன்னும்
பார்தாக்கப் பக்கு விடும்.

இரத்தல் என்னும் காவல் இல்லாத மரக்கலம் உள்ளதை ஒளித்துவைக்கும் தன்மையாகிய வன்னிலம் தாக்கினால் உடைந்துவிடும்.

1069. இரவுஉள்ள உள்ளம் உருகும் கரவுஉள்ள
உள்ளதூஉம் இன்றிக் கெடும்.

இரத்தலின் கொடுமையை நினைத்தால் உள்ளம் கரைந்து உருகும், உள்ளதை ஒழிக்கும் கொடுமையை நினைத்தால் உருகுமளவும் இல்லாமல் அழியும்.

1070. கரப்பவர்க்கு யாங்குஒளிக்கும் கொல்லோ இரப்பவர்
சொல்லாடப் போஒம் உயிர்.

இரப்பவர் இல்லை என்று சொல்கின்ற அளவிலேயே உயிர் போகின்றதே, உள்ளதை இல்லை என்று ஒளிப்பவர்க்கு உயிர் எங்கு ஒளிந்திருக்குமோ.

108. கயமை

**1071. மக்களே போல்வர் கயவர்; அவரன்ன
ஒப்பார் யாம்கண்டது இல்.**

மக்களேபோல் இருப்பார் கயவர், அவர் மக்களை ஒத்திருப்பது போன்ற ஒப்புமை வேறு எந்த இருவகைப் பொருள்களிடத்திலும் யாம் கண்டதில்லை.

**1072. நன்றுஅறி வாரின் கயவர் திருஉடையர்;
நெஞ்சத்து அவலம் இலர்.**

நன்மை அறிந்தவரைவிடக் கயவரே நல்ல பேறு உடையவர், ஏன் என்றால், கயவர் தம் நெஞ்சில் எதைப்பற்றியும் கவலை இல்லாதவர்.

**1073. தேவர் அனையர் கயவர் அவரும்தாம்
மேவன செய்தொழுக லான்.**

கயவரும் தேவரைப்போல் தான் விரும்புகின்றவைகளைச் செய்து மனம் போன போக்கில் நடத்தலால், கயவர் தேவரைப் போன்றவர்.

**1074. அகப்பட்டி ஆவாரைக் காணின் அவரின்
மிகப்பட்டுச் செம்மாக்கும் கீழ்.**

கீழ் மக்கள் தமக்கு கீழ்ப் பட்டவராய் நடப்பவரைக் கண்டால், அவரை விடத் தாம் மேம்பாடு உடையவராய் இறுமாப்படைவர்.

**1075. அச்சமே கீழ்களது ஆசாரம்; எச்சம்
அவாஉண்டேல் உண்டாம் சிறிது.**

கீழ் மக்களின் ஆசாரத்திற்கு காரணமாக இருப்பது அச்சமே, எஞ்சியவற்றில் அவா உண்டானால் அதனாலும் சிறிதளவு ஆசாரம் உண்டாகும்.

1076. அறைபறை அன்னர் கயவர்தாம் கேட்ட
மறைபிறர்க்கு உய்த்துஉரைக்க லான்.

கயவர், தாம் கேட்டறிந்த மறைப்பொருளைப் பிறர்க்கு வலிய கொண்டுபோய்ச் சொல்லுவதால், அறையப்படும் பறை போன்றவர்.

1077. ஈர்ங்கை விதிரார் கயவர் கொடிறுஉடைக்கும்
கூன்கையர் அல்லா தவர்க்கு.

கயவர் தம் கன்னத்தை இடித்து உடைக்கும்படி வளைந்த கை உடையவரல்லாத மற்றவர்க்கு உண்ட எச்சில் கையையும் உதறமாட்டார்.

1078. சொல்லப் பயன்படுவர் சான்றோர்; கரும்புபோல
கொல்லப் பயன்படும் கீழ்.

அணுகி குறை சொல்லுகின்ற அளவிலேயே சான்றோர் பயன்படுவர், கரும்புபோல் அழித்துப் பிழிந்தால் தான் கீழ்மக்கள் பயன்படுவர்.

1079. உடுப்பதூஉம் உண்பதூஉம் காணின் பிறர்மேல்
வடுக்காண வற்றாகும் கீழ்.

கீழ் மகன் பிறர் உடுப்பதையும், உண்பதையும் கண்டால் அவர் மேல் பொறாமை கொண்டு, வேண்டும் என்றே குற்றம் காண வல்லவனாவான்.

1080. எற்றிற்கு உரியர் கயவர்ஒன்று உற்றக்கால்
விற்றற்கு உரியர் விரைந்து.

கயவர், எதற்கு உரியவர், ஒரு துன்பம் வந்தடைந்த காலத்தில் அதற்காக தம்மை பிறர்க்கு விலையாக விற்றுவிடுவதற்கு உரியவர் ஆவர்.

III. காமத்துப்பால்

109. தகையணங்குறுத்தல்

1081. அணங்குகொல் ஆய்மயில் கொல்லோ கனங்குழை
மாதர்கொல் மாலும்என் நெஞ்சு.

தெய்வப் பெண்ணோ! மயிலோ, கனமான குழை அணிந்த மனிதப் பெண்ணோ, என் நெஞ்சம் மயங்குகின்றதே.

1082. நோக்கினாள் நோக்கெதிர் நோக்குதல் தாக்குஅணங்கு
தானைக்கொண் டன்னது உடைத்து.

நோக்கிய அவள் பார்வைக்கு எதிரே நோக்குதல் தானே தாக்கி வருத்தும் அணங்கு, ஒரு சேனையையும் கொண்டு வந்து தாக்கினாற்போன்றது.

1083. பண்டுஅறியேன் கூற்றுஎன் பதனை இனிஅறிந்தேன்
பெண்தகையால் பேரமர்க் கட்டு.

எமன் என்று சொல்லப்படுவதை முன்பு அறியேன், இப்பொழுது கண்டறிந்தேன், அது பெண் தன்மையுடன் போர் செய்யும் பெரிய கண்களை உடையது

1084. கண்டார் உயிருண்ணும் தோற்றத்தால் பெண்தகைப்
பேதைக்கு அமர்த்தன கண்.

பெண்தன்மை உடைய இந்தப் பேதைக்குக் கண்கள் கண்டவரின் உயிரை உண்ணும் தோற்றத்தோடு கூடி ஒன்றோடொன்று மாறுபட்டிருந்தன.

1085. கூற்றமோ கண்ணோ பிணையோ மடவரல்
நோக்கம்இம் மூன்றும் உடைத்து.

எமனோ. கண்ணோ, பெண் மானோ, இந்த இளம் பெண்ணின் பார்வை இந்த மூன்றன் தன்மையும் உடையதாக இருக்கிறது.

1086. **கொடும்புருவம் கோடா மறைப்பின் நடுங்குஅஞர்**
செய்யல மன்இவள் கண்.

வளைந்த புருவங்கள் கோணாமல் நேராக இருந்து மறைக்குமானால், இவளுடைய கண்கள் யான் நடுங்கும்படியான துன்பத்தைச் செய்யமாட்டா.

1087. **கடாஅக் களிற்றின்மேல் கட்படாம் மாதர்**
படாஅ முலைமேல் துகில்.

மாதருடைய சாயாத கொங்கைகளின் மேல் அணிந்த ஆடை, மதம் பிடித்த யானையின் மேல் இட்ட முகப்படாம் போன்றது.

1088. **ஒள்நுதற்கு ஓஒ உடைந்ததே ஞாட்பினுள்**
நண்ணாரும் உட்கும்என் பீடு.

போர்க்களத்தில் பகைவரும் அஞ்சுதற்கு காரணமான என் வலிமை, இவளுடைய ஒளி பொருந்திய நெற்றிக்குத் தோற்று அழிந்ததே.

1089. **பிணைஏர் மடநோக்கும் நாணும் உடையாட்கு**
அணிஎவனோ ஏதில தந்து.

பெண்மானைப் போன்ற இளமை பார்வையும் நாணமும் உடைய இவளுக்கு, ஒரு தொடர்பும் இல்லாத அணிகளைச் செய்து அணிவது ஏனோ.

1090. **உண்டார்கண் அல்லது அடுநறாக் காமம்போல்**
கண்டார் மகிழ்செய்தல் இன்று.

கள், தன்னை உண்டவரிடத்தில் அல்லாமல் காமத்தைப்போல் தன்னைக் கண்டவரிடத்தில் மயக்கத்தை உண்டாக்குவதில்லையே.

110. குறிப்பறிதல்

1091. இருநோக்கு இவள்உண்கண் உள்ளது; ஒருநோக்கு
நோய்நோக்குஒன்றுஅந்நோய் மருந்து.

இவளுடைய மை தீட்டிய கண்களில் உள்ளது இருவகைப்பட்ட நோக்கமாகும், அவற்றுள் ஒரு நோக்கம் நோய் செய்யும் நோக்கம், மற்றொன்று அந்நோய்க்கு மருந்தாகும்.

1092. கண்களவு கொள்ளும் சிறுநோக்கம் காமத்தில்
செம்பாகம் அன்று பெரிது.

கண்ணால் என்னை நோக்கிக் களவு கொள்கின்ற சுருங்கிய பார்வை காமத்தில் நேர்பாதி அன்று, அதைவிடப் பெரிய பகுதியாகும்.

1093. நோக்கினாள் நோக்கி இறைஞ்சினாள் அஃதவள்
யாப்பினுள் அட்டிய நீர்.

என்னை நோக்கினாள், யான் கண்டதும் நோக்கித் தலைகுனிந்தால், அது அவள் வளர்க்கும் அன்பினுள் வார்க்கின்ற நீராகும்.

1094. யான்நோக்கும் காலை நிலன்நோக்கும் நோக்காக்கால்
தான்நோக்கி மெல்ல நகும்.

யான் நோக்கும்போது அவள் நிலத்தை நோக்குவாள், யான் நோக்காதபோது அவள் என்னை நோக்கி மெல்லத் தனக்குள் மகிழ்வாள்.

1095. குறிக்கொண்டு நோக்காமை அல்லால் ஒருகண்
சிறக்கணித்தாள் போல நகும்.

என்னை நேராகக் குறித்துப் பார்க்காத அத்தன்மையே அல்லாமல், ஒரு கண்ணைச் சுருக்கினவள்போல் என்னைப் பார்த்து தனக்குள் மகிழ்வாள்.

1096. **உறாஅ தவர்போல் சொலினும் செறாஅர்சொல்**
ஒல்லை உணரப் படும்.

புறத்தே அயலார்போல் அன்பில்லாத சொற்களைச் சொன்னாலும், அகத்தே பகையில்லாதவரின் சொல் என்பது விரைவில் அறியப்படும்.

1097. **செறாஅச் சிறுசொல்லும் செற்றார்போல் நோக்கும்**
உறாஅர்போன்று உற்றார் குறிப்பு.

பகை கொள்ளாத கடுஞ்சொல்லும், பகைவர்போல் பார்க்கும் பார்வையும் புறத்தே அயலார்போல் இருந்து அகத்தே அன்பு கொண்டவரின் குறிப்பாகும்.

1098. **அசைஇயற்கு உண்டுஆண்டுஓர் ஏஎர்யான் நோக்கப்**
பசையினள் பைய நகும்.

யான் நோக்கும்போது அதற்காக அன்பு கொண்டவனாய் மெல்லச் சிரிப்பாள், அசையும் மெல்லிய இயல்பை உடைய அவளுக்கு அப்போது ஓர் அழகு உள்ளது.

1099. **ஏதிலார் போலப் பொதுநோக்கு நோக்குதல்**
காதலார் கண்ணே யுள.

புறத்தே அயலார்போல் அன்பில்லாத பொது நோக்கம் கொண்டு பார்த்தல், அகத்தே காதல் கொண்டவரிடம் உள்ள இயல்பாகும்.

1100. **கண்ணொடு கண்ணிணை நோக்குஒக்கின் வாய்ச்சொற்கள்**
என்ன பயனும் இல.

கண்களோடு கண்கள் நோக்காமல் ஒத்திருந்து அன்பு செய்யுமானால் வாய்ச் சொற்கள் என்ன பயனும் இல்லாமற்போகின்றன.

111. புணர்ச்சி மகிழ்தல்

**1101. கண்டுகேட்டு உண்டுஉயிர்த்து உற்றுஅறியும் ஐம்புலனும்
ஒண்தொடி கண்ணே உள.**

கண்டும் கேட்டும் உண்டும் முகர்ந்தும் உற்றும் அறிகின்ற ஐந்து புலன்களாகிய இன்பங்களும் ஒளி பொருந்திய வளையல் அணிந்த இவளிடத்தில் உள்ளன.

**1102. பிணிக்கு மருந்து பிறமன்; அணியிழை
தன்நோய்க்குத் தானே மருந்து.**

நோய்களுக்கு மருந்து வேறு பொருள்களாக இருக்கின்றன, ஆனால் அணிகலன் அணிந்த இவளால் வளர்ந்த நோய்க்கு இவளே மருந்தாக இருக்கின்றாள்.

**1103. தாம்வீழ்வார் மென்றோள் துயிலின் இனிதுகொல்
தாமரைக் கண்ணான் உலகு.**

தாமரைக் கண்ணனுடைய உலகம், தாம் விரும்பும் காதலியரின் மெல்லிய தோள்களில் துயிலும் துயில்போல் இனிமை உடையதோ.

**1104. நீங்கின் தெறூஉம் குறுகுங்கால் தண்என்னும்
தீயாண்டுப் பெற்றாள் இவள்?**

நீங்கினால் சுடுகின்றது, அணுகினால் குளிர்ச்சியாக இருக்கின்றது, இத்தகைய புதுமையானத் தீயை இவள் எவ்விடத்திலிருந்து பெற்றாள்.

**1105. வேட்ட பொழுதின் அவைஅவை போலுமே
தோட்டார் கதுப்பினாள் தோள்.**

மலரணிந்த கூந்தலை உடைய இவளுடைய தோள்கள் விருப்பமான பொருள்களை நினைத்து விரும்பிய பொழுது அவ்வப் பொருள்களைப் போலவே இன்பம் செய்கின்றன.

1106. உறுதோறு உயிர்தளிர்ப்பத் தீண்டலால் பேதைக்கு
அமிழ்தின் இயன்றன தோள்.

பொருந்தும்போதெல்லாம் உயிர் தளிர்க்கும் படியாகத் தீண்டுதலால் இவளுக்கு தோள்கள் அமிழ்தத்தால் செய்யப்பட்டிருக்க வேண்டும்.

1107. தம்மில் இருந்து தமதுபாத்து உண்டற்றால்
அம்மா அரிவை முயக்கு.

அழகிய மா நிறம் உடைய இவளுடைய தழுவுதல், தம்முடைய வீட்டிலிருந்து தாம் ஈட்டிய பொருளைப் பகுந்து கொடுத்து உண்டாற் போன்றது.

1108. வீழும் இருவர்க்கு இனிதே வளிஇடை
போழப் படாஅ முயக்கு.

காற்று இடையறுத்துச் செல்லாதபடி தழுவும் தழுவுதல், ஒருவரை ஒருவர் விரும்பிய காதலர் இருவருக்கும் இனிமை உடையதாகும்.

1109. ஊடல் உணர்தல் புணர்தல் இவைகாமம்
கூடியார் பெற்ற பயன்.

ஊடுதல், ஊடலை உணர்ந்து விடுதல், அதன்பின் கூடுதல் ஆகிய இவை காதல் வாழ்வு நிறைவேறப் பெற்றவர் பெற்ற பயன்களாகும்.

1110. அறிதோறு அறியாமை கண்டற்றால் காமம்
செறிதோறும் சேயிழை மாட்டு.

செந்நிற அணிகலன்களை அணிந்த இவளிடம் பொருந்துந் தோறும் காதல் உணர்தல், நூற்பொருள்களை அறிய அறிய அறியாதமைக் கண்டாற் போன்றது.

112. நலம் புனைந்துரைத்தல்

1111. நல்நீரை வாழி அனிச்சமே! நின்னினும்
மெல்நீரள் யாம்வீழ் பவள்.

அனிச்சப்பூவே நல்ல மென்மை தன்மை பெற்றிருக்கின்றாய், நீ வாழ்க, யாம் விரும்பும் காதலி உன்னைவிட மெல்லிய தன்மை கொண்டவள்.

1112. மலர்காணின் மையாத்தி நெஞ்சே இவள்கண்
பலர்காணும் பூவொக்கும் என்று.

நெஞ்சமே! இவளுடைய கண்கள் பலரும் காண்கின்ற மலர்களை ஒத்திருக்கின்றன என்று நினைத்து ஒத்த மலர்களைக் கண்டால் நீ மயங்குகின்றாய்.

1113. முறிமேனி முத்தம் முறுவல் வெறிநாற்றம்
வேல்உண்கண் வேய்த்தோ ளவட்கு.

மூங்கில் போன்ற தோளை உடைய இவளுக்குத் தளிரே மேனி, முத்தே பல், இயற்கை மணமே மணம், வேலே மை உண்ட கண்.

1114. காணின் குவளை கவிழ்ந்து நிலன்நோக்கும்
மாணிழை கண்ஒவ்வேம் என்று.

குவளை மலர்கள் காணும் தன்மைப் பெற்றுக்கொண்டால், இவளுடைய கண்களுக்கு தாம் ஒப்பாகவில்லையே என்று தலை கவிழ்ந்து நிலத்தை நோக்கும்.

1115. அனிச்சப்பூக் கால்களையாள் பெய்தாள் நுசுப்பிற்கு
நல்ல படாஅ பறை.

அவள் தன் மென்மை அறியாமல் அனிச்ச மலர்களைக் காம்பு களையாமல் சூடினால், அவற்றால் நொந்து வருத்தும் அவளுடைய இடைக்குப் பறைகள் நல்லனவாய் ஒலியா.

1116. மதியும் மடந்தை முகனும் அறியா
பதியின் கலங்கிய மீன்.

விண்மீன்கள் திங்களையும் இவளுடைய முகத்தையும் வேறுபாடு கண்டு அறிய முடியாமல் தம் நிலையில் நிற்காமல் கலங்கித் திரிகின்றன.

1117. அறுவாய் நிறைந்த அவிர்மதிக்குப் போல
மறுஉண்டோ மாதர் முகத்து.

குறைந்த இடமெல்லாம் படிப்படியாக நிறைந்து விளங்குகின்ற திங்களிடம் உள்ளதுபோல் இந்த மாதர் முகத்தில் களங்கம் உண்டோ, இல்லையே.

1118. மாதர் முகம்போல் ஒளிவிட வல்லையேல்
காதலை வாழி மதி!

திங்களே! இம் மாதரின் முகத்தைப்போல உன்னால் ஒளி வீச முடியுமானால், நீயும் இவள்போல் என் காதலுக்கு உரிமை பெறுவாய்.

1119. மலர்அன்ன கண்ணாள் முகம்ஒத்தி யாயின்
பலர்காணத் தோன்றல் மதி!

திங்களே! மலர்போன்ற கண்களை உடைய இவளுடைய முகத்தை ஒத்திருக்க விரும்பினால், நீ பலரும் காணும்படியாகத் தோன்றாதே.

1120. அனிச்சமும் அன்னத்தின் தூவியும் மாதர்
அடிக்கு நெருஞ்சிப் பழம்.

அனிச்ச மலரும், அன்னப்பறவையின் இறகும் மாதரின் மெல்லிய அடிகளுக்கு நெருஞ்சிமுள் போன்றவை.

113. காதற் சிறப்புரைத்தல்

1121. பாலொடு தேன்கலந் தற்றே பணிமொழி
வால்எயிறு ஊறிய நீர்.

மென்மையான மொழிகளைப் பேசுகின்ற இவளுடைய தூய பற்களில் ஊறிய நீர் பாலுடன் தேனைக் கலந்தாற்போன்றதாகும்.

1122. உடம்பொடு உயிரிடை என்னமற்று அன்ன
மடந்தையொடு எம்மிடை நட்பு.

இம்மடந்தையோடு எம்மிடையே உள்ள நட்பு முறைகள், உடம்போடு உயிர்க்கு உள்ள தொடர்புகள், எத்தன்மையானவையோ அத்தன்மையானவை.

1123. கருமணியில் பாவாய்நீ போதாய்யாம் வீழும்
திருநுதற்கு இல்லை இடம்.

என் கண்ணின் கருமணியில் உள்ள பாவையே நீ போய் விடு, யாம் விரும்புகின்ற இவளுக்கு என் கண்ணில் இருக்க இடம் இல்லையே.

1124. வாழ்தல் உயிர்க்குஅன்னள் ஆயிழை சாதல்
அதற்குஅன்னள் நீங்கும் இடத்து.

ஆராய்ந்து அணிகலன்களை அணிந்த இவள் கூடும்போது உயிர்க்கு வாழ்வு போன்றவள், பிரியும்போது உயிர்க்கு சாவு போன்றவள்.

1125. உள்ளுவன் மன்யான் மறப்பின் மறப்பறியேன்
ஒள்ளமர்க் கண்ணாள் குணம்.

போர் செய்யும் பண்புகளை உடைய இவளுடைய பண்புகளை யான் மறந்தால் பிறகு நினைக்க முடியும். ஆனால் ஒருபோதும் மறந்ததில்லையே.

1126. கண்உள்ளின் போகார்; இமைப்பின் பருவரார்
நுண்ணியர்எங் காத லவர்.

எம் காதலர் எம் கண்ணுள்ளிருந்து போகமாட்டார், கண்ணை மூடி இமைத்தாலும் அதனால் வருந்தமாட்டார், அவர் அவ்வளவு நுட்பமானவர்.

1127. கண்உள்ளார் காத லவராகக் கண்ணும்
எழுதேம் கரப்பாக்கு அறிந்து.

எம் காதலர் கண்ணினுள் இருக்கின்றார், ஆகையால் மை எழுதினால் அவர் மறைவதை எண்ணிக் கண்ணுக்கு மையும் எழுதமாட்டோம்.

1128. நெஞ்சத்தார் காத லவராக வெய்துஉண்டல்
அஞ்சுதும் வேபாக்கு அறிந்து.

எம் காதலர் நெஞ்சினுள் இருக்கின்றார், ஆகையால் சூடான பொருளை உண்டால் அவர் வெப்பமுறுதலை எண்ணிச் சூடான பொருளை உண்ண அஞ்சுகின்றோம்.

1129. இமைப்பின் கரப்பாக்கு அறிவல் அனைத்திற்கே
ஏதிலர் என்னும்இவ் வூர்.

கண் இமைத்தால் காதலர் மறைந்துபோதலை அறிகின்றேன், அவ்வளவிற்கே இந்த ஊரார் அவரை அன்பில்லாதவர் என்று சொல்லுவர்.

1130. உவந்துஉறைவர் உள்ளத்துள் என்றும் இகந்துஉறைவர்
ஏதிலர் என்னும்இவ் வூர்.

காதலர் எப்போதும் என் உள்ளத்தில் மகிழ்ந்து வாழ்கின்றார், ஆனால் அதை அறியாமல் பிரிந்து வாழ்கின்றார், அன்பில்லாதவர் என்று இந்த ஊரார் அவரைப் பழிப்பர்.

114. நாணுத் துறவுரைத்தல்

1131. காமம் உழந்து வருந்தினார்க்கு ஏமம்
மடல்அல்லது இல்லை வலி.

காமத்தால் துன்புற்று (காதலின் அன்பு பெறாமல்) வருந்தினவர்க்குக் காவல் மடலூர்தல் அல்லாமல் வலிமையான துணை வேறொன்றும் இல்லை.

1132. நோனா உடம்பும் உயிரும் மடல்ஏறும்
நாணினை நீக்கி நிறுத்து.

(காதலின் பிரிவால் ஆகிய துன்பத்தைப்) பொறுக்காத என் உடம்பும் உயிரும், நாணத்தை நீக்கி நிறுத்திவிட்டு மடலூரத் துணிந்தன.

1133. நாணொடு நல்லாண்மை பண்டுஉடையேன் இன்றுடையேன்
காமுற்றார் ஏறும் மடல்.

நாணமும் நல்ல ஆண்மையும் முன்பு பெற்றிருந்தேன், (காதலியை பிரிந்து வருந்துகின்ற) இப்போது காமம் மிக்கவர் ஏறும் மடலையே உடையேன்.

1134. காமக் கடும்புனல் உய்க்குமே நாணொடு
நல்லாண்மை என்னும் புணை.

நாணமும் நல்ல ஆண்மையுமாகிய தோணிகளைக் காமம் என்னும் கடுமையான வெள்ளம் அடித்துக்கொண்டு போய்விடுகின்றன.

1135. தொடலைக் குறுந்தொடி தந்தாள் மடலொடு
மாலை உழக்கும் துயர்.

மடலேறுதலோடு மாலைக்காலத்தில் வருந்தும் துயரத்தை மாலைபோல் தொடர்ந்த சிறு வளையல் அணிந்த காதலி எனக்குத் தந்தாள்.

1136. மடல்ஊர்தல் யாமத்தும் உள்ளுவேன் மன்ற
படல்ஒல்லா பேதைக்குஎன் கண்.

மடலூர்தலைப் பற்றி நள்ளிரவிலும் உறுதியாக நினைக்கின்றேன், காதலியின் பிரிவின் காரணமாக என் கண்கள் உறங்காமல் இருக்கின்றன.

1137. கடல்அன்ன காமம் உழந்தும் மடல்ஏறாப்
பெண்ணின் பெருந்தக்கது இல்.

கடல் போன்ற காமநோயால் வருந்தியும், மடலேறாமல் துன்பத்தைப் பொறுத்துக்கொண்டிருக்கும் பெண் பிறப்பைப்போல் பெருமை உடைய பிறவி இல்லை.

1138. நிறைஅரியர் மன்அளியர் என்னாது காமம்
மறைஇறந்து மன்று படும்.

இவர் நெஞ்சை நிறுத்தும் நிறை இல்லாதவர், மிகவும் இரங்கத்தக்கவர் என்று கருதாமல் காமம் மறைந்திருத்தலைக் கடந்து மன்றத்திலும் வெளிப்படுகின்றதே.

1139. அறிகிலார் எல்லாரும் என்றேஎன் காமம்
மறுகின் மறுகும் மருண்டு.

அமைதியாய் இருந்ததால் எல்லோரும் அறியவில்லை என்று கருதி என்னுடைய காமம் தெருவில் பரவி மயங்கிச் சுழல்கின்றது.

1140. யாங்கண்ணின் காண நகுப அறிவுஇல்லார்
யாம்பட்ட தாம்படா ஆறு.

யாம் பட்ட துன்பங்களைத் தாம் படாமையால் அறிவில்லாதவர் யாம் கண்ணால் காணுமாறு எம் எதிரில் எம்மைக்கண்டு நகைக்கின்றனர்.

115. அலர் அறிவுறுத்தல்

**1141. அலர்எழ ஆருயிர் நிற்கும் அதனைப்
பலர்அறியார் பாக்கியத் தால்.**

(எம் காதலைப் பற்றி) அலர் எழுவதால் அறிய உயிர் போகாமல் நிற்கின்றது, எம் நல்வினைப் பயனால் பலரும் அறியாமலிருக்கின்றனர்.

**1142. மலர்அன்ன கண்ணாள் அருமை அறியாது
அலர்எமக்கு ஈந்ததுஇவ் வூர்.**

மலர் போன்ற கண்ணை உடைய இவளுடைய அருமை அறியாமல், இந்த ஊரார் எளியவளாகக் கருதி அலர் கூறி எமக்கு உதவி செய்தனர்.

**1143. உறாஅதோ ஊரறிந்த கௌவை அதனைப்
பெறாஅது பெற்றன்ன நீர்த்து.**

ஊரார் எல்லோரும் அறிந்துள்ள அலர் நமக்குப் பொருந்தாதோ, (பொருந்தும்) அந்த அலர் பெறமுடியாமலிருந்து பெற்றார் போன்ற நன்மை உடையதாக இருக்கின்றது.

**1144. கவ்வையால் கவ்விது காமம் அதுஇன்றேல்
தவ்வென்னும் தன்மை இழந்து.**

எம் காமம் ஊரார் சொல்லுகின்ற அலரால் வளர்வதாயிற்று, அந்த அலர் இல்லையானால் அது தன் தன்மை இழந்து சுருங்கிப் போய்விடும்.

**1145. களித்தொறும் கள்ளுண்டல் வேட்டற்றால் காமம்
வெளிப்படுந் தோறும் இனிது.**

காமம் அலரால் வெளிப்பட இனியதாதல், கள்ளுண்பவர் கள்ளுண்டு மயங்க மயங்க அக்கள்ளுண்பதையே விரும்பினாற் போன்றது.

**1146. கண்டது மன்னும் ஒருநாள் அலர்மன்னும்
திங்களைப் பாம்புகொண் டற்று.**

காதலரைக் கண்டது ஒருநாள்தான், அதனால் உண்டாகிய அலரோ, திங்களைப் பாம்பு கொண்ட செய்திபோல் எங்கும் பரந்துவிட்டது.

**1147. ஊரவர் கௌவை எருஆக அன்னைசொல்
நீராக நீளும்இந் நோய்.**

இந்தக் காம நோய் ஊராரின் அலர் தூற்றலே எருவாகவும் அன்னை கடிந்து சொல்லும் கடுஞ்சொல்லே நீராகவும் கொண்டு செழித்து வளர்கின்றது.

**1148. நெய்யால் எரிநுதுப்பேம் என்றற்றால் கௌவையால்
காமம் நுதுப்பேம் எனல்.**

அலர் கூறுவதால் காமத்தை அடக்குவோம் என்று முயலுதல், நெய்யால் நெருப்பை அவிப்போம் என்று முயல்வதைப் போன்றது.

**1149. அலர்நாண ஒல்வதோ அஞ்சல்ஓம்பு என்றார்
பலர்நாண நீத்தக் கடை.**

அஞ்ச வேண்டா என்று அன்று உறுதி கூறியவர், இன்று பலரும் நாணும்படியாக நம்மை விட்டுப் பிரிந்தால் அதனால் அலருக்கு நாணியிருக்க முடியுமோ.

**1150. தாம்வேண்டின் நல்குவர் காதலர் யாம்வேண்டும்
கௌவை எடுக்கும்இவ் வூர்.**

யாம் விரும்புகின்ற அலரை இவ்வூரார் எடுத்துக் கூறுகின்றனர், அதனால் இனிமேல் காதலர் விரும்பினால் விரும்பியவாறு அதனை உதவுவார்.

116. பிரிவாற்றாமை

1151. செல்லாமை உண்டேல் எனக்குஉரை மற்றுநின்
வல்வரவு வாழ்வார்க்கு உரை.

பிரிந்து செல்லாத நிலைமை இருந்தால் எனக்குச் சொல், பிரிந்து சென்று விரைந்து வருதலைப் பற்றியானால் அதுவரையில் உயிர்வாழ வல்லவர்க்குச் சொல்.

1152. இன்கண் உடைத்தவர் பார்வல் பிரிவுஅஞ்சும்
புன்கண் உடைத்தால் புணர்வு.

அவருடைய பார்வை முன்பு இன்பம் உடையதாக இருந்தது, இப்போது அவருடைய கூட்டம் பிரிவுக்கு அஞ்சுகின்ற துன்பம் உடையதாக இருக்கின்றது.

1153. அரிதரோ தேற்றம் அறிவுஉடையார் கண்ணும்
பிரிவுஓர் இடத்துஉண்மை யான்.

அறிவுடைய காதலரிடத்தும் பிரிவு ஒரு காலத்தில் உள்ளபடியால் அவர் பிரியேன் என்று சொல்லும் உறுதி மொழியை நம்பித் தெளிவது அரிது.

1154. அளித்துஅஞ்சல் என்றுஅவர் நீப்பின் தெளித்தசொல்
தேறியார்க்கு உண்டோ தவறு.

அருள் மிகுந்தவராய் அஞ்ச வேண்டா என்று முன் தேற்றியவர் பிரிந்து செல்வாரானால் அவர் கூறிய உறுதி மொழியை நம்பித் தெளிந்தவர்க்கு குற்றம் உண்டோ.

1155. ஓம்பின் அமைந்தார் பிரிவுஓம்பல் மற்றவர்
நீங்கின் அரிதால் புணர்வு.

காத்துக்கொள்வதானால் காதலராக அமைந்தவரின் பிரிவு நேராமல் காக்க வேண்டும், அவர் பிரிந்து நீங்கினால் மீண்டும் கூடுதல் அரிது.

**1156. பிரிவுஉரைக்கும் வன்கண்ணர் ஆயின் அரிதுஅவர்
நல்குவர் என்னும் நசை.**

பிரிவைப்பற்றி தெரிவிக்கும் அளவிற்குக் கல் நெஞ்சம் உடையவரானால், அத்தகையவர் திரும்பிவந்து அன்பு செய்வார் என்னும் ஆசை பயனற்றது.

**1157. துறைவன் துறந்தமை தூற்றாகொல் முன்கை
இறைஇறவா நின்ற வளை.**

என் மெலிவால் முன் கையில் இறை கடந்து கழலும் வளையல்கள், தலைவன் விட்டுப் பிரிந்த செய்தியைப் பலரறிய தெரிவித்துத் தூற்றாமலிருக்குமோ.

**1158. இன்னாது இனன்இல்ஊர் வாழ்தல் அதனினும்
இன்னாது இனியார்ப் பிரிவு.**

இனத்தவராக நம்மேல் அன்புடையார் இல்லாத ஊரில் வாழ்தல் துன்பமானது, இனிய காதலரின் பிரிவு அதை விடத் துன்பமானது.

**1159. தொடின்சுடின் அல்லது காமநோய் போல
விடின்சுடல் ஆற்றுமோ தீ.**

நெருப்பு, தன்னைத் தொட்டால் சுடுமே அல்லாமல் காமநோய்போல் தன்னைவிட்டு நீங்கிய பொழுது சுடவல்லதாகுமோ.

**1160. அரிதுஆற்றி அல்லல்நோய் நீக்கிப் பிரிவுஆற்றிப்
பின்இருந்து வாழ்வார் பலர்.**

பிரிய முடியாத பிரிவிற்கு உடன்பட்டு, (பிரியும்போது) துன்பத்தால் கலங்குவதையும், விட்டுப் பிரிந்த பின் பொருத்திருந்து பின்னும் உயிரோடிருந்து வாழ்வோர் உலகில் பலர்.

117. படர் மெலிந்திரங்கல்

1161. மறைப்பேன்மன் யான்இஃதோ நோயை; இறைப்பவர்க்கு
ஊற்றுநீர் போல மிகும்.

இக்காமநோயைப் பிறர் அறியாமல் யான் மறைப்பேன், ஆனால் இது இறைப்பவர்க்கு ஊற்று நீர் மிகுவதுபோல் மிகுகின்றது.

1162. கரத்தலும் ஆற்றேன்இந் நோயைநோய் செய்தார்க்கு
உரைத்தலும் நாணுத் தரும்.

இக்காமநோயைப் பிறர் அறியாமல் முற்றிலும் மறைக்கவும் முடியவில்லை, நோய் செய்த காதலர்க்குச் சொல்வதும் நாணம் தருகின்றது.

1163. காமமும் நாணும் உயிர்காவாத் தூங்கும்என்
நோனா உடம்பின் அகத்து.

துன்பத்தைப் பொருக்காமல் வருந்துகின்ற என் உடம்பினிடத்தில் உயிரே காவடித்தண்டாகக்கொண்டு காம நோயும் நாணமும் இருப்பக்கமாக தொங்குகின்றன.

1164. காமக் கடல்மன்னும் உண்டே அதுநீந்தும்
ஏமப் புணைமன்னும் இல்.

காமநோயாகிய கடல் இருக்கின்றது. ஆனால் அதை நீந்திக்கடந்து செல்வதற்கு வேண்டிய காவலான தோணியோ இல்லை.

1165. துப்பின் எவன்ஆவர் மன்கொல் துயர்வரவு
நட்பினுள் ஆற்று பவர்.

(இன்பமான) நட்பிலேயே துயரத்தை வரச்செய்வதில் வல்லவர். (துன்பம் தரும் பகையை வெல்லும்) வலிமை வேண்டும்போது என்ன ஆவாரோ?

1166. இன்பம் கடல்மற்றுக் காமம் அஃதுஅடும்கால்
துன்பம் அதனின் பெரிது.

காமம் மகிழ்விக்கும்போது அதன் இன்பம் கடல் போன்றது; அது வருத்தும்போது அதன் துன்பமோ கடலைவிடப் பெரியது.

1167. காமக் கடும்புனல் நீந்திக் கரைகாணேன்
யாமத்தும் யானே உளேன்.

காமம் என்னும் வெள்ளத்தை நீந்தியும் அதன் கரையை யான் காணவில்லை; நள்ளிரவிலும் யான் தனியே இருக்கின்றேன்.

1168. மன்னுயி ரெல்லாம் துயிற்றி அளித்துஇரா
என்அல்லது இல்லை துணை.

இந்த இராக்காலம் இரங்கத்தக்கது; எல்லா உயிரையும் தூங்கச் செய்துவிட்டு என்னை அல்லாமல் வேறு துணை இல்லாமல் இருக்கின்றது.

1169. கொடியார் கொடுமையின் தாம்கொடிய இந்நாள்
நெடிய கழியும் இரா.

(பிரிந்து துன்புறுகின்ற) இந்நாட்களில் நெடுநேரம் உடையனவாய்க் கழிகின்ற இராக்காலங்கள், பிரிந்த கெடியவரின் கெடுமையை விடத் தாம் கொடியவை.

1170. உள்ளம்போன்று உள்வழிச் செல்கிற்பின் வெள்ளநீர்
நீந்தல மன்னோஎன் கண்.

காதலர் உள்ள இடத்திற்கு என் மனத்தைப்போல் செல்ல முடியுமானால், என் கண்கள் இவ்வாறு வெள்ளமாகிய கண்ணீரில் நீந்த வேண்டியதில்லை.

118. கண் விதுப்பழிதல்

1171. கண்தாம் கலுழ்வது எவன்கொலோ தண்டாநோய்
தாம்காட்ட யாம்கண் டது.

தீராத இக்காமநோய், கண்கள் காட்ட யாம் கண்டதால் விளைந்தது; அவ்வாறிருக்க, காட்டிய கண்கள், இன்று அன்புகொண்டு உணராமல் துன்பத்தால் வருந்துவது ஏன்?

1172. தெரிந்துஉணரா நோக்கிய உண்கண் பரிந்துஉணராப்
பைதல் உழப்பது எவன்?

ஆராய்ந்து உணராமல் அன்று நோக்கிக் காதல் கொண்ட கண்கள், இன்று அன்பு கொண்டு உணராமல் துன்பத்தால் வருந்துவது ஏன்?

1173. கதுமெனத் தாம்நோக்கித் தாமே கலுழும்
இதுநகத் தக்கது உடைத்து.

அன்று காதலரைக் கண்கள் தாமே விரைந்து நோக்கி இன்று தாமே அழுகின்றன; இது நகைக்கத்தக்க தன்மை உடையது.

1174. பெயல்ஆற்றா நீர்உலந்த உண்கண் உயல்ஆற்றா
உய்வுஇல்நோய் என்கண் நிறுத்து.

என் கண்கள், தப்பிப் பிழைக்க முடியாத தீராத காம நோயை என்னிடத்தில் உண்டாக்கி நிறுத்திவிட்டு, தாமும் அழமுடியாமல் நீர் வறண்டு விட்டன.

1175. படல்ஆற்றா பைதல் உழக்கும் கடல்ஆற்றாக்
காமநோய் செய்தஎன் கண்.

அன்று கடலும் தாங்க முடியாத காமநோயை உண்டாக்கிய என் கண்கள், இன்று உறங்க முடியாமல் துன்பத்தால் வருந்துகின்றன.

1176. ஓஒ இனிதே எமக்குஇந் நோய் செய்தகண்
தாஅம் இதற்பட் டது!

எமக்கு இந்தக் காமநோயை உண்டாக்கிய கண்கள், தாமும் இத்தகைய துன்பத்தைப்பட்டு வருந்துவது மிகவும் நல்லதே!

1177. உழந்துஉழந்து உள்நீர் அறுக விழைந்துஇழைந்து
வேண்டி யவர்க்கண்ட கண்!

அன்று விரும்பி நெகிழ்ந்து காதலரைக் கண்ட கண்கள் இன்று உறக்கமில்லாத துன்பத்தால் வருந்தி வருந்திக் கண்ணீரும் அற்றுப் போகட்டும்.

1178. பேணாது பெட்டார் உளர்மன்னோ மற்றுஅவர்க்
காணாது அமைவில கண்.

உள்ளத்தால் விரும்பாமலே சொல்லளவில் விரும்பிப் பழகியவர் ஒருவர் இருக்கின்றார்; அவரைக் காணாமல் கண்கள் அமைதியுறவில்லை.

1179. வாராக்கால் துஞ்சா வரின்துஞ்சா ஆயிடை
ஆரஞர் உற்றன கண்.

காதலர் வாராவிட்டால் தூங்குவதில்லை; வந்தாலும் தூங்குவதில்லை; இவற்றுக்கிடையே என் கண்கள் மிக்க துன்பத்தை அடைந்தன.

1180. மறைபெறல் ஊரார்க்கு அரிதுஅன்றால் எம்போல்
அறைபறை கண்ணா ரகத்து.

அறையப்படும் பறைபோல் துன்பத்தை வெளிப்படுத்தும் கண்களை உடைய எம்மைப் போன்றவரிடத்தில் மறை பொருளான செய்தியை அறிதல் ஊரார்க்கு அரிது அன்று.

119. பசப்புறு பருவரல்

1181. நயந்தவர்க்கு நல்காமை நேர்ந்தேன் பசந்தஎன்
பண்பியார்க்கு உரைக்கோ பிற?

விரும்பிய காதலர்க்கு அன்று பிரிவை உடன்பட்டேன்; பிரிந்த பின் பசலை உற்ற என் தன்மையை வேறு யார்க்குச் சென்று செல்வேன்?

1182. அவர்தந்தார் என்னும் தகையால் இவர்தந்துஎன்
மேனிமேல் ஊரும் பசப்பு.

அந்தக் காதலர் உண்டாக்கினார் என்னும் பெருமிதத்தோடு இந்தப் பசலை நிறம் என்னுடைய மேனிமேல் ஏறி ஊர்ந்து பரவி வருகிறது.

1183. சாயலும் நாணும் அவர்கொண்டார் கைம்மாறா
நோயும் பசலையும் தந்து.

காம நோயையும் பசலை நிறத்தையும் எனக்குக் கைம்மாறாக கொடுத்து விட்டு, என் சாயலையும் நாணத்தையும் அவர் என்னிடமிருந்து பெற்றுக்கொண்டார்.

1184. உள்ளுவன் மன்யான்; உரைப்பது அவர்திறமால்;
கள்ளம் பிறவோ பசப்பு.

யான் அவருடைய நல்லியல்புகளை நினைக்கின்றேன்; யான் உரைப்பதும் அவற்றையே; அவ்வாறிருந்தும் பசலை வந்தது வஞ்சனையோ? வேறு வகையோ?

1185. உவக்காண்எம் காதலர் செல்வார் இவக்காண்என்
மேனி பசப்புஊர் வது.

அதோ பார்! எம்முடைய காதலர் பிரிந்து செல்கின்றார்; இதோ பார்! என்னுடைய மேனியில் பசலை நிறம் வந்து படர்கிறது.

1186. விளக்குஅற்றம் பார்க்கும் இருளேபோல் கொண்கண்
முயக்குஅற்றம் பார்க்கும் பசப்பு.

விளக்கினுடைய மறைவைப் பார்த்துக் காத்திருக்கின்ற இருளைப் போலவே, தலைவனுடைய தழுவுதலின் சோர்வைப் பார்த்துக் காத்திருக்கின்றது.

1187. புல்லிக் கிடந்தேன் புடைபெயர்ந்தேன் அவ்வளவில்
அள்ளிக்கொள் வற்றே பசப்பு.

தலைவனைத் தழுவிக் கிடந்தேன்; பக்கத்தே சிறிது அகன்றேன்; அவ்வளவிலேயே பசலை நிறம் அள்ளிக்கொள்வதுபோல் வந்து பரவி விட்டதே!

1188. பசந்தாள் இவள்என்பது அல்லால் இவளைத்
துறந்தார் அவர்என்பார் இல்.

இவள் பிரிவால் வருத்திப் பசலை நிறம் அடைந்தாள் என்ற பழி செல்வதே அல்லாமல், இவளைக் காதலர் விட்டுப் பிரிந்தார் என்று செல்பவர் இல்லையே!

1189. பசக்கமன் பட்டாங்குஎன் மேனி நயப்பித்தார்
நல்நிலையர் ஆவர் எனின்.

பிரிவுக்கு உடன்படச் செய்த காதலர் நல்ல நிலையுடையவர் ஆவார் என்றால், என்னுடைய மேனி உள்ளபடி பசலை நிறம் அடைவதாக.

1190. பசப்புஎனப் பேர்பெறுதல் நன்றே நயப்பித்தார்
நல்காமை தூற்றார் எனின்.

பிரிவுக்கு உடன்படச் செய்த காதலர் பிரிந்து வருத்துதலைப் பிறர் தூற்றாமல் இருப்பாரானால், யான் பசலை உற்றதாக பெயர் எடுத்தல் நல்லதே.

120. தனிப்படர் மிகுதி

1191. தாம்வீழ்வார் தம்வீழப் பெற்றவர் பெற்றாரே
காமத்துக் காழில் கனி.

தாம் விரும்பும் காதலர் தம்மை விரும்புகின்ற பேறு பெற்றவர், காதல் வாழ்க்கையின் பயனாகிய விதை இல்லாத பழத்தைப் பெற்றவரே ஆவார்.

1192. வாழ்வார்க்கு வானம் பயந்தற்றால் வீழ்வார்க்கு
வீழ்வார் அளிக்கும் அளி.

தம்மை விரும்புகின்றவர்க்குக் காதலர் அளிக்கும் அன்பு, உயிர் வாழ்கின்றவர்க்கு மேகம் மழை பெய்து காப்பாற்றுதலைப் போன்றது.

1193. வீழுநர் வீழப் படுவார்க்கு அமையுமே
வாழுநம் என்னும் செருக்கு.

காதலரால் விரும்பப்படுகின்றவர்க்கும் (பிரிவுத் துன்பம் இருந்தாலும்) மீண்டும் வந்த பின் வாழ்வோம் என்று இருக்கும் செருக்குத் தகும்.

1194. வீழப் படுவார் கெழீஇயிலர் தாம்வீழ்வார்
வீழப் படாஅர் எனின்.

தாம் விரும்பும் காதலரால் விரும்பப்படாவிட்டால் உலகத்தாரால் விரும்பப்படும் நிலையில் உள்ளவரும் நல்வினை பெருந்தியவர் அல்லர்.

1195. நாம்காதல் கொண்டார் நமக்குஎவன் செய்பவோ
தாம்காதல் கொள்ளாக் கடை.

நாம் காதல் கொண்ட காதலர் தாமும் அவ்வாறே நம்மிடம் காதல் கெள்ளாதபோது, நமக்கு அவர் என்ன நன்மை செய்வார்?

1196. ஒருதலையான் இன்னாது காமங்காப் போல
இருதலை யானும் இனிது.

காதல் ஒரு பக்கமாக இருத்தல் துன்பமானது; காவடியின் பாரம்போல் இருபக்கமாகவும் ஒத்திருப்பது இன்பமானதாகும்.

1197. பருவரலும் பைதலும் காணான்கொல் காமன்
ஒருவர்கண் நின்றுஒழுகு வான்.

(காதலர் இருவரிடத்திலும் ஒத்திருக்காமல்) ஒருவரிடத்தில் மட்டும் காமன் நின்று இயங்குவதால், என்னுடைய துன்பத்தையும் வருத்தத்தையும் அறியானோ?

1198. வீழ்வாரின் இன்சொல் பெறாஅது உலகத்து
வாழ்வாரின் வன்கணார் இல்.

தான் விரும்பும் காதலரின் இனிய சொல்லைப் பெறாமல் உலகத்தில் (பிரிவுத் துன்பத்தைப் பொறுத்து) வாழ்கின்ற வரைபோல் வன்கண்மை உடையவர் இல்லை.

1199. நசைஇயார் நல்கார் எனினும் அவர்மாட்டு
இசையும் இனிய செவிக்கு.

யான் விரும்பிய காதலர் மீண்டு வந்து அன்பு செய்யமாட்டார் என்றாலும், அவரைப் பற்றிய புகழைக் கேட்பதும் என் செவிக்கு இன்பமாக இருக்கின்றது.

1200. உறாஅர்க்கு உறுநோய் உரைப்பாய் கடலைச்
செறாஅய் வாழிய நெஞ்சு.

நெஞ்சமே! நீ வாழி! அன்பு இல்லாதவரிடம் உன் மிகுந்த துன்பத்தைச் சொல்கின்றாய்! அதைவிட எளிதாகக் கடலைத் தூர்ப்பாயாக.

121. நினைந்தவர் புலம்பல்

1201. உள்ளினும் தீராப் பெருமகிழ் செய்தலால்
கள்ளினும் காமம் இனிது.

நினைத்தாலும் தீராத பெரிய மகிழ்ச்சியைச் செய்தலால் (உண்டபோது மட்டும் மகிழ்ச்சி தரும்) கள்ளைவிடக் காமம் இன்பமானதாகும்.

1202. எனைத்துஒன்று இனிதேகாண் காமம்தாம் வீழ்வார்
நினைப்ப வருவதுஒன்று இல்.

தாம் விரும்புகின்ற காதலர் தம்மை நினைத்தலும் பிரிவால் வரக்கூடிய துன்பம் இல்லாமல்போகின்றது. அதனால் காமம் எவ்வளவாயினும் இன்பம் தருவதே ஆகும்.

1203. நினைப்பவர் போன்று நினையார்கொல் தும்மல்
சினைப்பது போன்று கெடும்.

தும்மல் வருவது போலிருந்து வாராமல் அடங்குகின்றதே! என் காதலர் என்னை நினைப்பவர்போலிருந்து நினையாமல் விடுகின்றாரோ?

1204. யாமும் உளோம்கொல் அவர்நெஞ்சத்து எம்நெஞ்சத்து
ஓஒ உளரே அவர்.

எம்முடைய நெஞ்சில் காதலராகிய அவர் இருக்கின்றாரே! (அதுபோலவே) யாமும் அவருடைய நெஞ்சத்தில் நீங்காமல் இருக்கின்றோமோ?

1205. தம்நெஞ்சத்து எம்மைக் கடிகொண்டார் நாணார்கொல்
எம்நெஞ்சத்து ஓவா வரல்?

தம்முடைய நெஞ்சில் எம்மை வரவிடாது காவல் கொண்ட காதலர், எம்முடைய நெஞ்சில் தாம் ஓயாமல் வருவதைப் பற்றி நாணமாட்டாரோ?

1206. மற்றுயான் என்உளேன் மன்னோ அவரொடுயான்
உற்றநாள் உள்ள உளேன்.

காதலராகிய அவரோடு யான் பொருந்தியிருந்த நாட்களை நினைத்துக்கொள்வதால்தான் உயிரோடு இருக்கின்றேன்; வேறு எதனால் உயிர் வாழ்கின்றேன்?

1207. மறப்பின் எவன்ஆவன் மற்கொல்? மறப்புஅறியேன்
உள்ளினும் உள்ளம் சுடும்.

(காதலரை) மறந்தறியாமல் நினைத்தாலும் உள்ளத்தைப் பிரிவுத் துன்பம் சுடுகின்றதே! நினைக்காமல் மறந்துவிட்டால் என்ன ஆவேனோ?

1208. எனைத்து நினைப்பினும் காயார் அனைத்துஅன்றோ
காதலர் செய்யும் சிறப்பு!

காதலரை எவ்வளவு மிகுதியாக நினைத்தாலும் அவர் என்மேல் சினங்கொள்ளார்; காதலர் செய்யும் சிறந்த உதவி அத்தன்மையானது அன்றோ!

1209. விளியும்என் இன்னுயிர் வேறல்லம் என்பார்
அளிஇன்மை ஆற்ற நினைந்து.

நாம் இருவரும் வேறு அல்லோம் என்று அடிக்கடி சொல்லும் அவர் இப்போது அன்பு இல்லாதிருத்தலை மிக நினைத்து என் இனிய உயிர் அழிகின்றது.

1210. விடாஅது சென்றாரைக் கண்ணினால் காணப்
படாஅதி வாழி மதி.

திங்களே! பிரியாமல் இருந்து இறுதியில் பிரிந்து சென்ற காதலரை என் கண்ணால் தேடிக் காணும்படியாக நீ மறைந்துவிடாமல் இருப்பாயாக!

122. கனவுநிலை உரைத்தல்

1211. காதலர் தூதொடு வந்த கனவினுக்கு
யாதுசெய் வேன்கொல் விருந்து?

(யான் பிரிவால் வருந்தி உறங்கியபோது) காதலர் அனுப்பிய தூதோடு வந்த கனவுக்கு உரிய விருந்தாக என்ன செய்து உதவுவேன்?

1212. கயல்உண்கண் யான்இரப்பத் துஞ்சின் கலந்தார்க்கு
உயல்உண்மை சாற்றுவேன் மன்.

கண்கள் யான் வேண்டுவதுபோல் தூங்குமானால், (அப்போது வரும் கனவில் காணும்) காதலர்க்கு யான் தப்பிப் பிழைத்திருக்கும் தன்மையைச் செல்வேன்.

1213. நனவினால் நல்கா தவரைக் கனவினால்
காண்டலின் உண்டுஎன் உயிர்.

நனவில் வந்து அன்பு செய்யாத காதலரைக் கனவில் காண்பதால்தான் என்னுடைய உயிர் இன்னும் நீங்காமல் உள்ளதாகின்றது.

1214. கனவினான் உண்டாகும் காமம் நனவினான்
நல்காரை நாடித் தரற்கு.

நனவில் வந்து அன்பு செய்யாத காதலரைத் தேடி அழைத்துக்கொண்டு வருவதற்காகக் கனவில் அவரைப் பற்றிய காதல் நிகழ்ச்சிகள் உண்டாகின்றன.

1215. நனவினால் கண்டதூஉம் ஆங்கே கனவும்தான்
கண்ட பொழுதே இனிது.

முன்பு நனவில் கண்ட இன்பமும் அப்பொழுது மட்டும் இனிதாயிற்று; இப்பெழுது காணும் கனவும் கண்டபொழுது மட்டுமே இன்பமாக உள்ளது.

1216. **நனவுஎன ஒன்றில்லை ஆயின் கனவினால்**
காதலர் நீங்கலர் மன்.

நனவு என்று செல்லப்படுகின்ற ஒன்று இல்லாதிருக்குமானால், கனவில் வந்த காதலர் என்னை விட்டுப் பிரியாமலே இருப்பர்.

1217. **நனவினால் நல்காக் கொடியார் கனவினால்**
என்எம்மைப் பீழிப் பது.

நனவில் வந்து எமக்கு அன்பு செய்யாத கெடுமை உடைய அவர், கனவில் வந்து எம்மை வருத்துவது என்ன காரணத்தால்?

1218. **துஞ்சும்கால் தோள்மேலர் ஆகி விழிக்கும்கால்**
நெஞ்சத்தார் ஆவர் விரைந்து.

தூங்கும்போது கனவில் வந்து என் தோள்மேல் உள்ளவராகி, விழித்தெழும்போது விரைந்து என் நெஞ்சில் உள்ளவராகிறார்.

1219. **நனவினால் நல்காரை நோவர் கனவினால்**
காதலர்க் காணா தவர்.

கனவில் காதலர் வரக் காணாத மகளிர், நனவில் வந்து அன்பு செய்யாத காதலரை (அவர் வராத காரணம் பற்றி) நொந்து கொள்வர்.

1220. **நனவினால் நம்நீத்தார் என்பர் கனவினால்**
காணார்கொல் இவ்வூ ரவர்?

நனவில் நம்மைவிட்டு நீங்கினார் என்று காதலரைப் பழித்துப் பேசுகின்றனரே! இந்த ஊரார் கனவில் அவரைக் காண்பதில்லையோ?

123. பொழுது கண்டு இரங்கல்

1221. மாலையோ அல்லை மணந்தார் உயிர்உண்ணும்
வேலைநீ வாழி பொழுது.

பொழுதே! நீ மாலைக்காலம் அல்ல; (காதலரோடு கூடியிருந்து பிறகு பிரிந்து வாழும்) மகளிரின் உயிரை உண்ணும் முடிவுக் காலமாக இருக்கின்றாய்!

1222. புன்கண்ணை வாழி மருள்மாலை எம்கேள்போல்
வன்கண்ண தோநின் துணை?

மயங்கிய மாலைப்பொழுதே! நீயும் எம்மைப்போல் துன்பப்படுகின்றாயே! உன் துணையும் எம் காதலர்போல் இரக்கம் அற்றதோ?

1223. பனிஅரும்பிப் பைதல்கொள் மாலை துனிஅரும்பித்
துன்பம் வளர வரும்.

பனி தோன்றிப் பசந்த நிறம் கொண்ட மாலைப் பொழுது எனக்கு வருத்தம் ஏற்பட்டுத் துன்பம் மேன்மேலும் வளரும்படியாக வருகின்றது.

1224. காதலர் இல்வழி மாலை கொலைக்களத்து
ஏதிலர் போல வரும்.

காதலர் இல்லாத இப்போது, கொலை செய்யும் இடத்தில் பகைவர் வருவதுபோல் மாலைப் பொழுது (என் உயிரைக் கொல்ல) வருகின்றது.

1225. காலைக்குச் செய்தநன்று என்கொல்? எவன்கொல்யான்
மாலைக்குச் செய்த பகை?

யான் காலைப்பொழுதிற்குச் செய்த நன்மை என்ன? (என்னைத் துன்புறுத்துகின்ற) மாலைப் பொழுதிற்குச் செய்த பகையான தீமை என்ன?

1226. மாலைநோய் செய்தல் மணந்தார் அகலாத
காலை அறிந்தது இலேன்.

மாலைப் பொழுது இவ்வாறு துன்பம் செய்யவல்லது என்பதைக் காதலர் என்னைவிட்டு அகலாமல் உடனிருந்த காலத்தில் யான் அறியவில்லை.

1227. காலை அரும்பிப் பகல்எல்லாம் போதுஆகி
மாலை மலரும்இந் நோய்.

இந்த காமநோய், காலைப்பொழுதில் அரும்பாய்த் தோன்றி, பகற்பொழுதெல்லாம் பேரரும்பாய் வளர்ந்து மாலைப்பெழுதில் மலராகின்றது.

1228. அழல்போலும் மாலைக்குத் தூதுஆகி ஆயன்
குழல்போலும் கொல்லும் படை.

ஆயனுடைய புல்லாங்குழல், நெருப்புபோல் வருத்தும் மாலைப்பொழுதிற்குத் தூதாகி என்னைக் கொல்லும் படையாகவும் வருகின்றது.

1229. பதிமருண்டு பைதல் உழக்கும் மதிமருண்டு
மாலை படர்தரும் போழ்து.

அறிவு மயங்கும்படியாக மாலைப்பொழுது வந்து படரும்போது, இந்த ஊரும் மயங்கி என்னைப்போல் துன்பத்தால் வருந்தும்.

1230. பொருள்மாலை யாளரை உள்ளி மருள்மாலை
மாயும்என் மாயா உயிர்.

(பிரிவுத் துன்பத்தால்) மாயமாய் நின்ற என் உயிர், பொருள் காரணமாகப் பிரிந்து சென்ற காதலரை நினைந்து மயங்குகின்ற இம் மாலைப்பொழுதில் மாய்கின்றது.

124. உறுப்பு நலன் அழிதல்

1231. சிறுமை நமக்குஒழியச் சேண்சென்றார் உள்ளி
நறுமலர் நாணின கண்.

இத்துன்பத்தை நமக்குவிட்டு விட்டுத் தொலைவில் உள்ள நாட்டுக்குச் சென்ற காதலரை நினைந்து அழுதமையால் கண்கள் அழகு இழந்து நறுமலர்களுக்கு நாணிவிட்டன.

1232.நயந்தவர் நல்காமை சொல்லுவ போலும்
பசந்து பனிவாரும் கண்.

பசலை நிறம் அடைந்து நீர் செரியும் கண்கள், நாம் விரும்பிய காதலர் நமக்கு அன்பு செய்யாத தன்மையைப் (பிறர்க்குச்) செய்வனபோல் உள்ளன.

1233.தணந்தமை சால அறிவிப்ப போலும்
மணந்தநாள் வீங்கிய தோள்.

கூடியிருந்த காலத்தில் மகிழ்ந்து பூரித்திருந்த தோள்கள், (இப்போது மெலிந்தும்) காதலருடைய பிரிவை நன்றாக அறிவிப்பவைபோல் உள்ளன.

1234.பணைநீங்கிப் பைந்தொடி சோரும் துணைநீங்கித்
தொல்கவின் வாடிய தோள்.

துணைவர்விட்டு நீங்கியதால் பழைய அழகு கெட்டு வாடிய தோள்கள், பருத்த தன்மை கெட்டு மெலிந்து வளையல்களும் கழலச் செய்கின்றன.

1235.கொடியார் கொடுமை உரைக்கும் தொடியொடு
தொல்கவின் வாடிய தோள்.

வளையல்களும் கழன்று பழைய அழகும் கெட்டு, வாடிய தோள்கள் (என் துன்பம் உணராத) கொடியவரின் கெடுமையைப் பிறர் அறியச் செல்கின்றன.

1236. தொடியொடு தோள்நெகிழ நோவல் அவரைக்
கொடியர் எனக்கூறல் நொந்து.

வளையல்கள் கழன்று தோள்களும் மெலிவடைவதால் (அவற்றைக் காண்போர்) காதலரைக் கொடியவர் என்று கூறுவதைக் கேட்டு வருந்துகின்றேன்.

1237. பாடு பெறுதியோ நெஞ்சே கொடியார்க்குஎன்
வாடுதோள் பூசல் உரைத்து.

நெஞ்சே! கொடியவர் என்று சொல்லப்படுகின்ற காதலர்க்கு என் மெலிந்த தோள்களின் ஆரவாரத்தை உரைத்து, அந்த உதவியால் பெருமை அடைவாயோ?

1238. முயங்கிய கைகளை ஊக்கப் பசந்தது
பைந்தொடிப் பேதை நுதல்.

தழுவிய கைகளைத் தளர்த்தியவுடனே, பைந்தொடி அணிந்த காதலியின் நெற்றி, (அவ்வளவு சிறியதாகிய பிரிவையும் பொறுக்காமல்) பசலை நிறம் அடைந்தது.

1239. முயக்குஇடைத் தண்வளி போழப் பசப்புஉற்ற
பேதை பெருமழைக் கண்.

தழுவுதலுக்கு இடையே குளிர்ந்த காற்று நுழைய, காதலியின் பெரிய மழை போன்ற கண்கள் பசலை நிறம் அடைந்தன.

1240. கண்ணின் பசப்போ பருவரல் எய்தின்றே
ஒண்ணுதல் செய்தது கண்டு.

காதலியின் ஒளி பெருந்திய நெற்றி, பசலை நிறம் உற்றதைக் கண்டு, அவளுடைய கண்களில் பசலையும் துன்பம் அடைந்து விட்டது.

125. நெஞ்சொடு கிளத்தல்

**1241. நினைத்துஒன்று சொல்லாயோ நெஞ்சே எனைத்துஒன்றும்
எவ்வநோய் தீர்க்கும் மருந்து.**

நெஞ்சே! (காதலால் வளர்ந்த) இத்துன்ப நோயைத் தீர்க்கும் மருந்து ஏதாவது ஒன்றை நீ நினைத்துப் பார்த்து எனக்குச் சொல்ல மாட்டாயோ?

**1242. காதல் அவர்இலர் ஆகநீ நோவது
பேதமை வாழிஎன் நெஞ்சு.**

என் நெஞ்சே! வாழ்க! அவர் நம்மிடம் காதல் இல்லாதவராக இருக்க, நீ மட்டும் அவரை நினைந்து வருந்துவது உன் அறியாமையே!

**1243. இருந்துஉள்ளி என்பரிதல் நெஞ்சே! பரிந்துள்ளல்
பைதல்நோய் செய்தார்கண் இல்.**

நெஞ்சே (என்னுடன்) இருந்து அவரை நினைந்து வருந்துவது ஏன்? இந்தத் துன்ப நோயை உண்டாக்கியவரிடம் இவ்வாறு அன்பு கொண்டு நினைக்கும் தன்மை இல்லையே!

**1244. கண்ணும் கொளச்சேறி நெஞ்சே! இவைஎன்னைத்
தின்னும் அவர்க்காணல் உற்று.**

நெஞ்சே! நீ அவரிடம் செல்லும்போது என் கண்களையும் உடன்கொண்டு செல்வாயாக; அவரைக் காண வேண்டும் என்று இவை என்னைப் பிடுங்கித் தின்கின்றன.

**1245. செற்றார் எனக்கை விடல்உண்டோ நெஞ்சேயாம்
உற்றார் உறாஅ தவர்?**

நெஞ்சே! யாம் விரும்பி நாடினாலும் எம்மை நாடாத அவர் நம்மை வெறுத்துவிட்டார் என்று எண்ணிக் கைவிடவா முடியும்?

1246. கலந்துஉணர்த்தும் காதலர்க் கண்டால் புலந்துஉணராய்
பொய்க்காய்வு காய்திஎன் நெஞ்சு!

என் நெஞ்சே! ஊடியபோது கூடி ஊடல் உணர்த்தவல்ல காதலரைக் கண்டபோது நீ பிணங்கி உணரமாட்டாய்; பொய்யான சினங்கெண்டு காய்கின்றாய்.

1247. காமம் விடுஒன்றோ நாண்விடு நல்நெஞ்சே
யானோ பொறேன்இவ் இரண்டு.

நல்ல நெஞ்சே! ஒன்று காமத்தைவிட்டு விடு; அல்லது நாணத்தைவிட்டு விடு; இந்த இரண்டையும் பொறுத்துக்கொண்டிருக்க என்னால் முடியாது.

1248. பரிந்துஅவர் நல்கார்என்று ஏங்கிப் பிரிந்தவர்
பின்செல்வாய் பேதைஎன் நெஞ்சு!

என் நெஞ்சே! பிரிவுத் துன்பத்தால் வருந்தி அவர் வந்து அன்பு செய்யவில்லையே என்று ஏங்கி பிரிந்தவரின் பின் செல்கின்றாய் பேதை.

1249. உள்ளத்தார் காத லவர்ஆக உள்ளிநீ
யாருழைச் சேறிஎன் நெஞ்சு?

என் நெஞ்சே! காதலர் உன் உள்ளத்தில் உள்ளவராக இருக்கும்போது நீ அவரை நினைத்து யாரிடம் தேடிச் செல்கின்றாய்?

1250. துன்னாத் துறந்தாரை நெஞ்சத்து உடையேமா
இன்னும் இழத்தும் கவின்.

நம்மோடு பொருந்தி இருக்காமல் கைவிட்டுச் சென்ற காதலரை நெஞ்சில் வைத்திருக்கும்போது இன்னும் மெலிந்து அழகை இழந்து வருகின்றோம்.

126. நிறையழிதல்

1251. காமக் கணிச்சி உடைக்கும் நிறைஎன்னும்
நாணுத்தாழ் வீழ்த்த கதவு.

நாணம் என்னும் தாழ்ப்பாள் பெருந்திய நிறை என்று சொல்லப்படும் கதவை காமம் ஆகிய கோடரி உடைத்து விடுகிறதே.

1252.காமம் எனஒன்றோ கண்ணின்றுஎன் நெஞ்சத்தை
யாமத்தும் ஆளும் தொழில்.

காமம் என்று சொல்லப்படுகின்ற ஒன்று கண்ணோட்டம் இல்லாதது. அது என் நெஞ்சத்தை நள்ளிரவில் ஏவல் கொண்டு ஆள்கிறது.

1253.மறைப்பேன்மன் காமத்தை யானோ குறிப்புஇன்றித்
தும்மல்போல் தோன்றி விடும்.

யான் காமத்தை என்னுள்ளே மறைக்க முயல்வேன்; ஆனால் அதுவே என் குறிப்பின்படி நிற்காமல் தும்மல்போல் தானே வெளிப்பட்டு விடுகிறது.

1254.நிறைஉடையேன் என்பேன்மன் யானோஎன் காமம்
மறைஇறந்து மன்று படும்.

யான் இதுவரையில் நிறையோடிருப்பதாக எண்ணிக் கொண்டிருந்தேன். ஆனால் என் காமம் என்னுள் மறைந்திருத்தலைக் கடந்து மன்றத்தில் வெளிப்படுகின்றது.

1255.செற்றார்பின் செல்லாப் பெருந்தகைமை காமநோய்
உற்றார் அறிவதுஒன்று அன்று.

தம்மை வெறுத்து நீங்கியவரின் பின் செல்லாமல் மானத்தோடு நிற்கும் பெருந்தகைமை, காமநோய் உற்றவர் அறியும் தன்மையது அன்று.

திருக்குறள் / III. காமத்துப்பால் / 2. கற்பியல்

**1256. சென்றவர் பின்சேறல் வேண்டி அளித்தரோ
எற்றுஎன்னை உற்ற துயர்.**

வெறுத்து நீங்கிய காதலரின் பின் செல்ல விரும்பிய நிலையில் இருப்பதால் என்னை அடைந்த இந்த காமநோய் எத்தன்மையானது? அந்தோ!

**1257. நாண்என ஒன்றோ அறியலம் காமத்தால்
பேணியார் பெட்ப செயின்.**

நாம் விரும்பிய காதலர் காமத்தால் நமக்கு விருப்பமானவற்றைச் செய்வாரானால். நாணம் என்று செல்லப்படும் ஒரு பண்பையும் அறியாமல் இருப்போம்.

**1258. பன்மாயக் கள்வன் பணிமொழி அன்றோநம்
பெண்மை உடைக்கும் படை.**

நம்முடைய பெண்மையாகிய அரணை அழிக்கும் படையாக இருப்பது, பல மாயங்களில் வல்ல, கள்வனான காதலருடைய பணிவுடைய மொழி அன்றோ?

**1259. புலப்பல் எனச்சென்றேன் புல்லினேன் நெஞ்சம்
கலத்தல் உறுவது கண்டு.**

ஊடுவேன் என்று எண்ணிக்கொண்டு சென்றேன்; ஆனால் என் நெஞ்சம் என்னைவிட்டு அவரோடு கூடுவதைக்கண்டு தழுவினேன்.

**1260. நிணம்தீயில் இட்டன்ன நெஞ்சினார்க்கு உண்டோ
புணர்ந்துஊடி நிற்போம் எனல்.**

கொழுப்பைத் தீயில் இட்டால் போன்ற உருகும் நெஞ்சுடைய என்னைப் போன்றவர்க்கு, இசைந்து ஊடி நிற்போம் என்று ஊடும் தன்மை உண்டோ?

127. அவர்வயின் விதும்பல்

1261. வாள்அற்றுப் புற்கென்ற கண்ணும்; அவர்சென்ற
நாள்ஒற்றித் தேய்ந்த விரல்.

என் கண்களும் அவர் வரும் வழியைப் பார்த்துப் பார்த்து ஒளி இழந்து அழகு கெட்டன; விரல்களும் அவர் சென்ற நாட்களைக் குறித்துத் தொட்டுத் தொட்டுத் தேய்ந்தன.

1262. இலங்கிழாய்! இன்று மறப்பின் என்தோள்மேல்
கலம்கழியும் காரிகை நீத்து.

தோழி! காதலரின் பிரிவால் துன்புற்று வருந்துகின்ற இன்றும் அவரை மறந்துவிட்டால், அழகு கெட்டு என் தோள் மேல் அணிந்துள்ள அணிகள் கழலுமாறு நேரும்.

1263. உரன்நசைஇ உள்ளம் துணையாகச் சென்றார்
வரல்நசைஇ இன்னும் உளேன்.

வெற்றியை விரும்பி ஊக்கமே துணையாகக்கொண்டு வெளிநாட்டுக்குச் சென்ற காதலர், திரும்பி வருதலைக் காண விரும்பியே இன்னும் யான் உயிரோடு இருக்கின்றேன்.

1264. கூடிய காமம் பிரிந்தார் வரவுஉள்ளிக்
கோடுகொடு ஏறும்என் நெஞ்சு.

முன்பு கூடியிருந்த காதலைக் கைவிட்டுப் பிரிந்த அவருடைய வருகையை நினைத்து என் நெஞ்சம் மரத்தின் கிளைகளின் மேலும் ஏறிப் பார்க்கின்றது.

1265. காண்கமன் கொண்கனைக் கண்ணார; கண்டபின்
நீங்கும்என் மென்தோள் பசப்பு.

என் காதலரைக் கண்ணாரக் காண்பேனாக; கண்ட பிறகு என்னுடைய மெல்லிய தோளில் உண்டாகிய பசலை நிறம் தானே நீங்கிவிடும்.

1266. வருகமன் கொண்கன் ஒருநாள்; பருகுவன்
பைதல்நோய் எல்லாம் கெட.

என் காதலன் ஒருநாள் என்னிடம் வருவானாக; வந்த பிறகு, என்னுடைய துன்பநோய் எல்லாம் தீருமாறு நான் நன்றாக நுகர்வேன்.

1267. புலப்பேன்கொல் புல்லுவேன் கொல்லோ; கலப்பேன்கொல்
கண்அன்ன கேளிர் வரின்?

என்னுடைய கண்போன்ற காதலர் வருவாரானால், யான் அவரோடு ஊடுவேனோ? அல்லது அவரைத் தழுவுவேனோ? அவரோடு கூடுவேனோ?

1268. வினைகலந்து வென்றீக வேந்தன்; மனைகலந்து
மாலை அயர்கம் விருந்து.

அரசன் இச்செயலில் முனைந்து நின்று வெற்றிபெறுவானாக; அதன்பின் யாம் மனைவியோடு கூடியிருந்து அன்று வரும் மாலைப் பொழுதிற்கு விருந்து செய்வோம்.

1269. ஒருநாள் எழுநாள்போல் செல்லும்;சேண் சென்றார்
வருநாள்வைத்து ஏங்கு பவர்க்கு.

தொலைவில் உள்ள வெளிநாட்டுக்குச் சென்ற காதலர் திரும்பி வரும் நாளை நினைத்து ஏங்கும் மகளிர்க்கு ஒருநாள் ஏழுநாள்போல (நெடிதாக) கழியும்.

1270. பெறின்என்னாம், பெற்றக்கால் என்னாம், உறின்என்னாம்
உள்ளம் உடைந்துஉக்கக் கால்?

துன்பத்தைத் தாங்காமல் மனம் உடைந்து அழிந்துவிட்டால், நம்மைத் திரும்பப் பெறுவதனால் என்ன? பெற்றக்கால் என்ன? பெற்றுப் பொருந்தினாலும் என்ன?

| 263 |

128. குறிப்பறிவுறுத்தல்

1271. கரப்பினும் கையிகந்து ஒல்லாநின் உண்கண்
உரைக்கல் உறுவதுஒன்று உண்டு.

நீ சொல்லாமல் மறைத்தாலும் நிற்காமல் உன்னைக் கடந்து உன்னுடைய கண்கள் எனக்குச் சொல்லக்கூடிய செய்தி ஒன்று இருக்கிறது.

1272. கண்நிறைந்த காரிகைக் காம்புஏர்தோள் பேதைக்குப்
பெண்நிறைந்த நீர்மை பெரிது.

கண் நிறைந்த அழகும் மூங்கில் போன்ற தோளும் உடைய என் காதலிக்குப் பெண்மைத்தன்மை நிறைந்து விளங்கும் இயல்பு மிகுதியாக உள்ளது.

1273.மணியில் திகழ்தரு நூல்போல் மடந்தை
அணியில் திகழ்வதுஒன்று உண்டு.

(கோத்த) மணியினுள் விளங்கும் நூலைப்போல் என் காதலியின் அழகினுள் விளங்குவதான குறிப்பு ஒன்று இருக்கின்றது.

1274.முகைமொக்குள் உள்ளது நாற்றம்போல் பேதை
நகைமொக்குள் உள்ளதுஒன்று உண்டு.

அரும்பு தோன்றும்போது அடங்கியிருக்கும் மணத்தைப் போல், காதலியின் புன்முறுவலின் தோற்றத்தில் அடங்கி இருக்கும் குறிப்பு ஒன்று உள்ளது.

1275.செறிதொடி செய்திறந்த கள்ளம் உறுதுயர்
தீர்க்கும் மருந்துஒன்று உடைத்து.

காதலி என்னை நோக்கி செய்து விட்டுச் சென்ற கள்ளமான குறிப்பு, என் மிகுந்ததுயரத்தைத் தீர்க்கும் மருந்து ஒன்று உடையதாக இருக்கின்றது.

1276. பெரிதுஆற்றிப் பெட்பக் கலத்தல் அரிதுஆற்றி
       அன்புஇன்மை சூழ்வது உடைத்து.

பெரிதும் அன்பு செய்து விரும்புமாறு கூடுதல், அரிதாகிய பிரிவைச் செய்து பிறகு அன்பில்லாமல் கைவிட எண்ணுகின்ற குறிப்பை உடையதாகும்.

1277. தண்அம் துறைவன் தணந்தமை நம்மினும்
       முன்னம் உணர்ந்த வளை.

குளிர்ந்த துறையை உடைய காதலன் பிரிந்த பிரிவை நம்மைவிட முன்னம் நம்முடைய வளையல்கள் உணர்ந்து கழன்றுவிட்டனவே!

1278. நெருநற்றுச் சென்றார்எம் காதலர் யாமும்
       எழுநாளேம் மேனி பசந்து.

எம்முடைய காதலர் நேற்றுதான் பிரிந்து சென்றார்; யாமும் மேனி பசலை நிறம் அடைந்து ஏழு நாட்கள் ஆகிவிட்ட நிலையில் இருக்கின்றோம்.

1279. தொடிநோக்கி மென்தோளும் நோக்கி அடிநோக்கி
       அஃதுஆண்டு அவள்செய் தது.

தன்னுடைய வளையல்களை நோக்கி, மெல்லிய தோள்களையும் நோக்கித் தன்னுடைய அடிகளையும் நோக்கி அவள் செய்த குறிப்பு உடன்போக்காகிய அதுவேயாகும்.

1280. பெண்ணினால் பெண்மை உடைத்துஎன்ப கண்ணினால்
       காமநோய் சொல்லி இரவு.

கண்ணினால் காமநோயைத் தெரிவித்துப் பிரியாமல் இருக்குமாறு இரத்தல், பெண் தன்மைக்கு மேலும் பெண் தன்மை உடையது என்று கூறுவர்.

129. புணர்ச்சி விதும்பல்

1281. உள்ளக் களித்தலும் காண மகிழ்தலும்
கள்ளுக்குஇல் காமத்திற்கு உண்டு.

நினைத்த அளவிலே களிப்படைதலும் கண்ட அளவிலே மகிழ்ச்சி அடைதலும் ஆகிய இந்த இருவகை தன்மையும் கள்ளுக்கு இல்லை; காமத்திற்கு உண்டு

1282. தினைத்துணையும் ஊடாமை வேண்டும் பனைத்துணையும்
காமம் நிறைய வரின்.

காமம் பனையளவாக நிறைய வரும்போது காதலரோடு தினையளவாகச் சிறிதேனும் ஊடல் கொள்ளாமல் இருக்க வேண்டும்.

1283.பேணாது பெட்பவே செய்யினும் கொண்கனைக்
காணாது அமையல கண்.

என்னை விரும்பாமல் புறக்கணித்துத் தனக்கு விருப்ப மானவற்றையே செய்து ஒழுகினாலும், என்னுடைய கண்கள் காதலனைக் காணாமல் பொருந்தவில்லை.

1284.ஊடற்கண் சென்றேன்மன் தோழி அதுமறந்து
கூடற்கண் சென்றதுஎன் நெஞ்சு.

தோழி! யான் அவரோடு ஊடுவதற்காகச் சென்றேன்; ஆனால், என்னுடைய நெஞ்சம் அந்த நோக்கத்தை மறந்து அவரோடு கூடுவதற்காகச் சென்றது.

1285.எழுதும்கால் கோல்காணாக் கண்ணேபோல் கொண்கன்
பழிகாணேன் கண்ட இடத்து.

மை தீட்டும் நேரத்தில் தீட்டுக் கோலைக் காணாத கண்களைப் போல், காதலனைக் கண்டபோது மட்டும் அவனுடைய குற்றத்தை நினைக்காமல் மறந்துவிடுகின்றேன்.

1286. **காணுங்கால் காணேன் தவறாய; காணாக்கால்**
காணேன் தவறல் லவை.

காதலரை யான் காணும்போது (அவருடைய செயல்களில்) தவறானவற்றைக் காண்பதில்லை; அவரைக் காணாதபோது தவறு அல்லாத நன்மைகளைக் காண்பதில்லை.

1287. **உய்த்தல் அறிந்து புனல்பாய் பவரேபோல்**
பொய்த்தல் அறிந்துஎன் புலந்து.

வெள்ளம் இழுத்துச் செல்வதை அறிந்திருந்தும் ஓடும் நீரில் பாய்கின்றவரைப் போல், பயன்படாமை அறிந்திருந்திருந்தும் ஊடல் கொள்வதால் பயன் என்னெ?

1288. **இளித்தக்க இன்னா செயினும் களித்தார்க்குக்**
கள்ளற்றே கள்வநின் மார்பு.

கள்வ! இழிவு வரத்தக்க துன்பங்களைச் செய்தாலும் கள்ளுண்டு களித்தவர்க்கு மேன்மேலும் விருப்பம் தரும் கள்ளைப் போன்றது உன் மார்பு.

1289. **மலரினும் மெல்லிது காமம்; சிலர்அதன்**
செவ்வி தலைப்படு வார்.

காமம் மலரைவிட மென்மை உடையதாகும்; அந்த உண்மை அறிந்து அதன் நல்ல பயனைப் பெறக்கூடியவர் சிலரே.

1290. **கண்ணின் துனித்தே கலங்கினாள் புல்லுதல்**
என்னினும் தான்விதுப் புற்று.

கண் பார்வையின் அளவில் பிணங்கி, என்னைவிடத் தான் விரைந்து தழுவுதலை விரும்பி, (பிணங்கிய நிலையையும் மறந்து) கலந்து விட்டாள்.

130. நெஞ்சொடு புலத்தல்

1291. அவர்நெஞ்சு அவர்க்குஆதல் கண்டும் எவன்நெஞ்சே
நீஎமக்கு ஆகா தது?

நெஞ்சே! அவருடைய நெஞ்சம் (நம்மை நினையாமல் நம்மிடம் வராமல்) அவர்க்குத் துணையாதலைக் கண்டும் நீ எமக்குத் துணையாகாதது ஏன்?

1292.உறாஅ தவர்க்கண்ட கண்ணும் அவரைச்
செறாஅரெனச் சேறிஎன் நெஞ்சு!

என் நெஞ்சே! நம்மேல் அன்பு கொள்ளாத காதலரைக் கண்டபோதும், அவர் வெறுக்கமாட்டார் என்று எண்ணி அவரிடம் செல்கின்றாயே!

1293.கெட்டார்க்கு நட்டார்இல் என்பதோ நெஞ்சேநீ
பெட்டாங்கு அவர்பின் செலல்?

நெஞ்சே! நீ உன் விருப்பத்தின்படியே அவர் பின் செல்வதற்குக் காரணம், துன்பத்தால் அழிந்தவர்க்கு நண்பர் இல்லை என்னும் எண்ணமோ?

1294.இனிஅன்ன நின்னொடு சூழ்வார்யார் நெஞ்சே
துனிசெய்து துவ்வாய்காண் மற்று?

நெஞ்சே! நீ ஊடலைச் செய்து அதன் பயனை நுகரமாட்டாய்; இனிமேல் அத்தகையவற்றைப் பற்றி உன்னோடு கலந்து எண்ணப் போகின்றவர் யார்?

1295.பெறாஅமை அஞ்சும்; பெறின்பிரிவு அஞ்சும்;
அறாஅ இடும்பைத்துஎன் நெஞ்சு.

(காதலரைப் பெறாதபோது) பொறாமைக்கு அஞ்சும்; பெற்றால் பிரிவை நினைத்து அஞ்சும்; (இவ்வாறாக) என் நெஞ்சம் தீராத துன்பம் உடையதாகின்றது.

1296. தனியே இருந்து நினைத்தக்கால் என்னைத்
தினிய இருந்ததுஎன் நெஞ்சு.

காதலரைப் பிரிந்து தனியே இருந்து அவருடைய தவறுகளை நினைத்தபோது என் நெஞ்சம் என்னைத் தின்பதுபோல் துன்பம் செய்வதாக இருந்தது.

1297. நாணும் மறந்தேன் அவர்மறக் கல்லாஎன்
மாணா மடநெஞ்சில் பட்டு.

காதலனை மறக்க முடியாத என்னுடைய சிறப்பில்லாத மட நெஞ்சினோடு சேர்ந்து, மறக்கத்தகாததாகிய நாணத்தையும் மறந்து விட்டேன்.

1298. எள்ளின் இளிவாம்என்று எண்ணி அவர்திறம்
உள்ளும் உயிர்க்காதல் நெஞ்சு.

உயிரின் மேல் காதல் கெண்ட என் நெஞ்சம், பிரிந்த காதலரை இகழ்ந்தால் இழிவாகும் என்று எண்ணி அவருடைய உயர்ந்த பண்புகளையே நினைக்கின்றது.

1299. துன்பத்திற்கு யாரே துணையாவார் தாமுடைய
நெஞ்சம் துணையல் வழி?

ஒருவர்க்குத் துன்பம் வந்தபோது, தாம் உரிமையாகப் பெற்றுள்ள நெஞ்சமே துணையாகாவிட்டால், வேறு யார் துணையாவார்?

1300. தஞ்சம் தமர்அல்லர் ஏதிலார் தாம்உடைய
நெஞ்சம் தமர்அல் வழி.

ஒருவர்க்கு தாம் உரிமையாகப் பெற்ற நெஞ்சமே உறவாகாதபோது அயலார் உறவில்லாதவராக இருப்பது எளிதேயாகும்.

131. புலவி

1301. புல்லாது இராஅப் புலத்தை அவர்உறும்
அல்லல்நோய் காண்கம் சிறிது.

(ஊடும்போது அவர் அடைகின்ற) துன்ப நோயைச் சிறிது காண்போம்; அதற்காக அவரைத் தழுவாமலிருந்து பிணங்குவாயாக.

1302. உப்புஅமைந் தற்றால் புலவி அதுசிறிது
மிக்கற்றால் நீள விடல்.

உப்பு, உணவில் அளவோடு அமைந்திருப்பதைப் போன்றது ஊடல்; ஊடலை அளவு கடந்து நீட்டித்தல், அந்த உப்பு சிறிதளவு மிகுதியாக இருப்பதைப் போன்றது.

1303. அலந்தாரை அல்லல்நோய் செய்தற்றால் தம்மைப்
புலந்தாரைப் புல்லா விடல்.

தம்மோடு பிணங்கியவரை ஊடலுணர்த்தித் தழுவாமல் விடுதல், துன்பத்தால் வருந்தியவரை மேலும் துன்பநோய் செய்து வருத்தினாற் போன்றது.

1304. ஊடி யவரை உணராமை வாடிய
வள்ளி முதல்அரிந் தற்று.

பிணங்கியவரை ஊடலுணர்த்தி அன்பு செய்யாமல் இருத்தல், முன்னமே வாடியுள்ள கொடியை அதன் அடியிலேயே அறுத்தல் போன்றது.

1305. நலத்தகை நல்லவர்க்கு ஏஎர் புலத்தகை
பூஅன்ன கண்ணார் அகத்து.

நல்ல பண்புகள் அமைந்த ஆடவர்க்கு அழகு, மலர் போன்ற கண்களை உடைய மகளிரின் நெஞ்சம் விளையும் ஊடலின் சிறப்பே ஆகும்.

1306. **துனியும் புலவியும் இல்லாயின் காமம்**
கனியும் கருக்காயும் அற்று.

பெரும் பிணக்கும் சிறு பிணக்கும் இல்லாவிட்டால், காமம் மிகப் பழுத்த பழமும் முற்றாத இளங்காயும்போல் பயன்படாததாகும்.

1307. **ஊடலின் உண்டுஆங்குஓர் துன்பம் புணர்வது**
நீடுவது அன்றுகொல் என்று.

கூடியிருக்கும் இன்பம் இனிமேல் நீட்டிக்காதோ என்று ஏங்கி எண்ணுவதால் ஊடியிருத்தலினும் காதலர்க்கு ஒருவகை துன்பம் இருக்கின்றது.

1308. **நோதல் எவன்மற்று நொந்தார்என்று அஃதுஅறியும்**
காதலர் இல்லா வழி?

நம்மால் இவர் வருந்தினார் என்று அந்த வருத்தத்தை அறிகின்ற காதலர் இல்லாதபோது, வருந்துவதால் பயன் என்ன?

1309. **நீரும் நிழலது இனிதே புலவியும்**
வீழுநர் கண்ணே இனிது.

நீரும் நிழலை அடுத்திருப்பதே இனிமையானது; அதுபோல், ஊடலும் அன்பு செலுத்துவோர் இடத்தில் கொள்வதே இன்பமானது.

1310. **ஊடல் உணங்க விடுவாரோடு என்நெஞ்சம்**
கூடுவேம் என்பது அவா.

ஊடல் கொண்டபோது உணர்த்தி மகிழ்விக்காமல் வாட விடுகின்றவரோடு என் நெஞ்சம் கூடியிருப்போம் என்று முயல்வதற்குக் காரணம் அதன் ஆசையே.

132. புலவி நுணுக்கம்

1311. பெண்இயலார் எல்லாரும் கண்ணின் பொதுஉண்பர்
நண்ணேன் பரத்தநின் மார்பு.

பரத்தமை உடையாய்! பெண் தன்மை உடையவர் எல்லாரும் தம்தம் கண்களால் பொதுப் பெருளாகக்கொண்டு நுகர்கின்றார்கள்; ஆகையால் உன் மார்பைப் பொருந்தேன்.

1312. ஊடி இருந்தேமாத் தும்மினார் யாம்தம்மை
நீடுவாழ்க என்பாக்கு அறிந்து.

காதலரோடு ஊடல் கொண்டிருந்தோமாக, யாம் தம்மை நெடுங்காலம் வாழ்க என்று வாய் திறந்து சொல்லுவோம் என நினைத்து அவர் தும்மினார்.

1313. கோட்டுப்பூச் சூடினும் காயும் ஒருத்தியைக்
காட்டிய சூடினீர் என்று.

கிளைகளில் மலர்ந்த மலர்களைச் சூடினாலும், நீர் இந்த அழகை யாரோ ஒருத்திக்கு காட்டுவதற்காகச் சூடினீர் என்று சினம் கொள்வாள்.

1314. யாரினும் காதலம் என்றேனா ஊடினாள்
யாரினும் யாரினும் என்று.

யாரையும்விட நாம் மிக்க காதல் கொண்டிருக்கிறோம் என்று சொன்னேனாக; யாரை விட? என்று கேட்டு ஊடல் கொண்டாள்.

1315. இம்மைப் பிறப்பில் பிரியலம் என்றேனாக்
கண்நிறை நீர்கொண் டனள்.

இப்பிறப்பில் யாம் பிரியமாட்டோம் என்று காதலியிடம் சொன்னேனாக, இனிவரும் பிறப்பில் பிரிவதாக உணர்ந்து கண் நிறையக் கண்ணீர் கொண்டாள்.

திருக்குறள் / III. காமத்துப்பால் / 2. கற்பியல்

**1316. உள்ளினேன் என்றேன்மற்று என்மறந்தீர் என்றென்னைப்
புல்லாள் புலத்தக் கனள்.**

நினைத்தேன் என்று கூறினேன்; நினைப்புக்கு முன் மறப்பு உண்டு அன்றோ? ஏன் மறந்தீர் என்று என்னைத் தழுவாமல் ஊடினாள்.

**1317. வழுத்தினாள் தும்மினேன் னாக அழித்துஅழுதாள்
யார்உள்ளித் தும்மினீர் என்று.**

யான் தும்மினேனாக; அவள் நூறாண்டு என வாழ்த்தினாள்; உடனே அதைவிட்டு யார் நினைத்ததால் தும்மினீர்? என்று கேட்டு அழுதாள்?

**1318. தும்முச் செறுப்ப அழுதாள் நுமர்உள்ளல்
எம்மை மறைத்திரோ என்று.**

அவளுடைய ஊடலுக்கு அஞ்சி யான் தும்மலை அடக்கிக் கொள்ள உம்மவர் உம்மை நினைப்பதை எமக்குத் தெரியாமல் மறைக்கின்றீரோ என்று அழுதாள்.

**1319. தன்னை உணர்த்தினும் காயும் பிறர்க்குநீர்
இந்நீரர் ஆகுதிர் என்று.**

ஊடியிருந்தபோது அவளை ஊடல் உணர்த்தி மகிழ்வித்தாலும், நீர் மற்ற மகளிர்க்கும் இத்தன்மையானவராக ஆவீர் என்று சொல்லிச் சினம் கொள்வாள்.

**1320. நினைத்துஇருந்து நோக்கினும் காயும் அனைத்துநீர்
யார்உள்ளி நோக்கினீர் என்று.**

அவளுடைய அழகை நினைத்து அமைதியாக இருந்து நோக்கினாலும், நீர் யாரை நினைத்து ஒப்புமையாக எல்லாம் பார்க்கின்றீர் என்று சினம் கொள்வாள்.

133. ஊடலுவகை

1321. இல்லை தவறுஅவர்க்கு ஆயினும் ஊடுதல்
வல்லதுஅவர் அளிக்கு மாறு.

அவரிடம் தவறு ஒன்றும் இல்லையானலும், அவரோடு ஊடுதல், அவர் நம்மேல் மிகுதியாக அன்பு செலுத்துமாறு செய்யவல்லது.

1322. ஊடலில் தோன்றும் சிறுதுனி நல்அளி
வாடினும் பாடு பெறும்.

ஊடுதலால் உண்டாகின்ற சிறிய துன்பம், காதலர் செய்கின்ற நல்ல அன்பு வாடிவிடக் காரணமாக இருந்தாலும் பெருமை பெறும்.

1323. புலத்தலின் புத்தேள்நாடு உண்டோ நிலத்தொடு
நீர்இயைந் தன்னார் அகத்து?

நிலத்தோடு நீர் பொருந்தி கலந்தாற்போன்ற அன்புடைய காதலரிடத்தில் ஊடுவதைவிட இன்பம் தருகின்ற தேவருலகம் இருக்கின்றதோ.

1324. புல்லி விடாஅப் புலவியுள் தோன்றும்என்
உள்ளம் உடைக்கும் படை.

காதலரைத் தழுவிக்கொண்டு விடாமலிருப்பதற்கு காரணமான ஊடலுள், என்னுடைய உள்ளத்தை உடைக்கவல்ல படை தோன்றுகிறது.

1325. தவறிலர் ஆயினும் தாம்வீழ்வார் மென்தோள்
அகறலின் ஆங்குஒன்று உடைத்து.

தவறு இல்லாதபோதும் ஊடலுக்கு ஆளாகித் தாம் விரும்பும் மகளிரின் மெல்லிய தோள்களை நீங்கி இருக்கும்போது ஓர் இன்பம் உள்ளது.

1326. உணலினும் உண்டது அறல்இனிது; காமம்
புணர்தலின் ஊடல் இனிது.

உண்பதைவிட முன் உண்ட உணவு செரிப்பது இன்பமானது, அதுபோல் காமத்தில் கூடுவதைவிட ஊடுதல் இன்பமானது.

1327. ஊடலில் தோற்றவர் வென்றார் அதுமன்னும்
கூடலில் காணப் படும்.

ஊடலில் தோற்றவரே வெற்றி பெற்றவர் ஆவர், அந்த உண்மை, ஊடல் முடிந்த பின் கூடிமகிழும் நிலையில் காணப்படும்.

1328. ஊடிப் பெறுகுவம் கொல்லோ நுதல்வெயர்ப்பக்
கூடலில் தோன்றிய உப்பு.

நெற்றி வியர்க்கும்படியாக கூடுவதில் உளதாகும் இனிமையை ஊடியிருந்து உணர்வதன் பயனாக இனியும் பெறுவோமோ.

1329. ஊடுக மன்னோ ஒளியிழை யாம்இரப்ப
நீடுக மன்னோ இரா.

காதலி இன்னும் ஊடுவாளாக, அந்த ஊடலைத் தணிக்கும் பொருட்டு யாம் இரந்து நிற்குமாறு இராக்காலம் இன்னும் நீட்டிப்பதாக.

1330. ஊடுதல் காமத்திற்கு இன்பம் அதற்குஇன்பம்
கூடி முயங்கப் பெறின்.

காமத்திற்கு இன்பம் தருவது ஊடுதல் ஆகும், ஊடல் முடிந்த பின் கூடித் தழுவப் பெற்றால் அந்த ஊடலுக்கு இன்பமாகும்.